LOVE

DREAMS

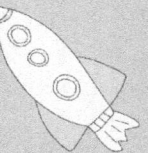

FAMILY

FRIENDS

I AM THANKFUL FOR

HOPE

JOY

A JOURNAL AND ACTIVITY BOOK FOR KIDS

MUSIC

FOOD

SUNSHINE

This journal belongs to

My picture

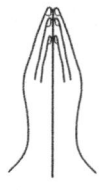

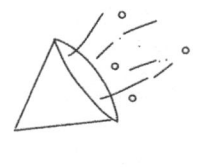

Gratitude Journal

Introduction

Hi there,
Gratitude is a word you will hear a lot.
"What are you grateful for?" is one of
the most common question that
grownups ask you. But how can you be
grateful? This journal will help you think
about being thankful every day.
Especially if you're having a dipleasing
day, this journal will help you focus on
the good things in your life.

Journal

The pages in this journal will take
only a few minutes to fill out and will
help you feel more grateful every day.

Activities

The activities in this book are a fun way
to connect gratitude to your daily life.

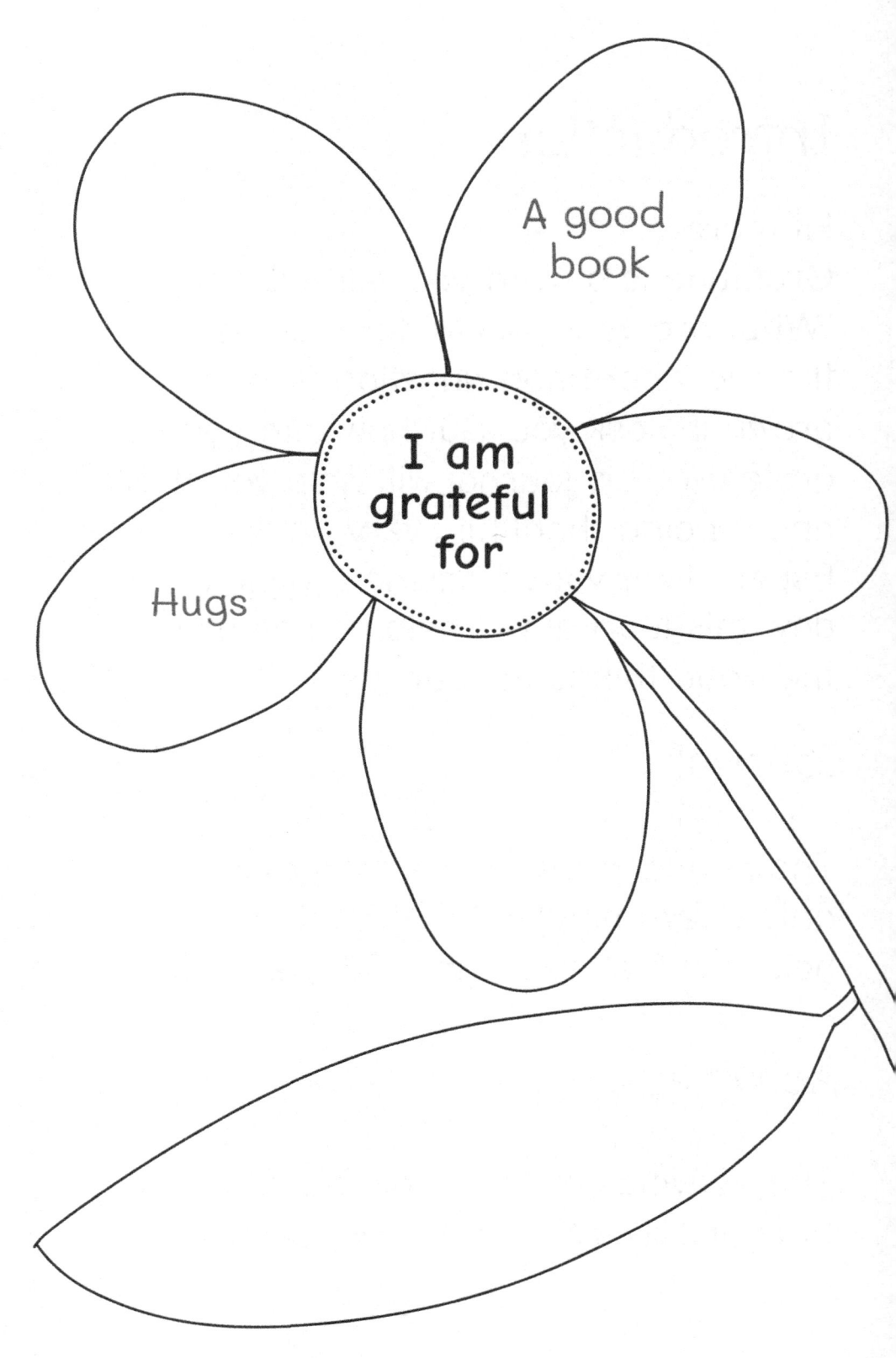

I am grateful for my friends.

I am grateful for:

1. _____

2. _____

3. _____

Sa Su
F M
Th T
W

My mood thankful happy

I am grateful for:

1. _____

2. _____

3. _____

Sa Su
F M
Th T
W

My mood thankful happy

I am grateful for:

1. _____
2. _____
3. _____

Sa | Su | M | T | W | Th | F

My mood · thankful · happy

I am grateful for:

1. _____
2. _____
3. _____

Sa | Su | M | T | W | Th | F

My mood · thankful · happy

I am grateful for:

1.
2.
3.

Sa Su
F M
Th T
W

My mood thankful happy

I am grateful for:

1.
2.
3.

Sa Su
F M
Th T
W

My mood thankful happy

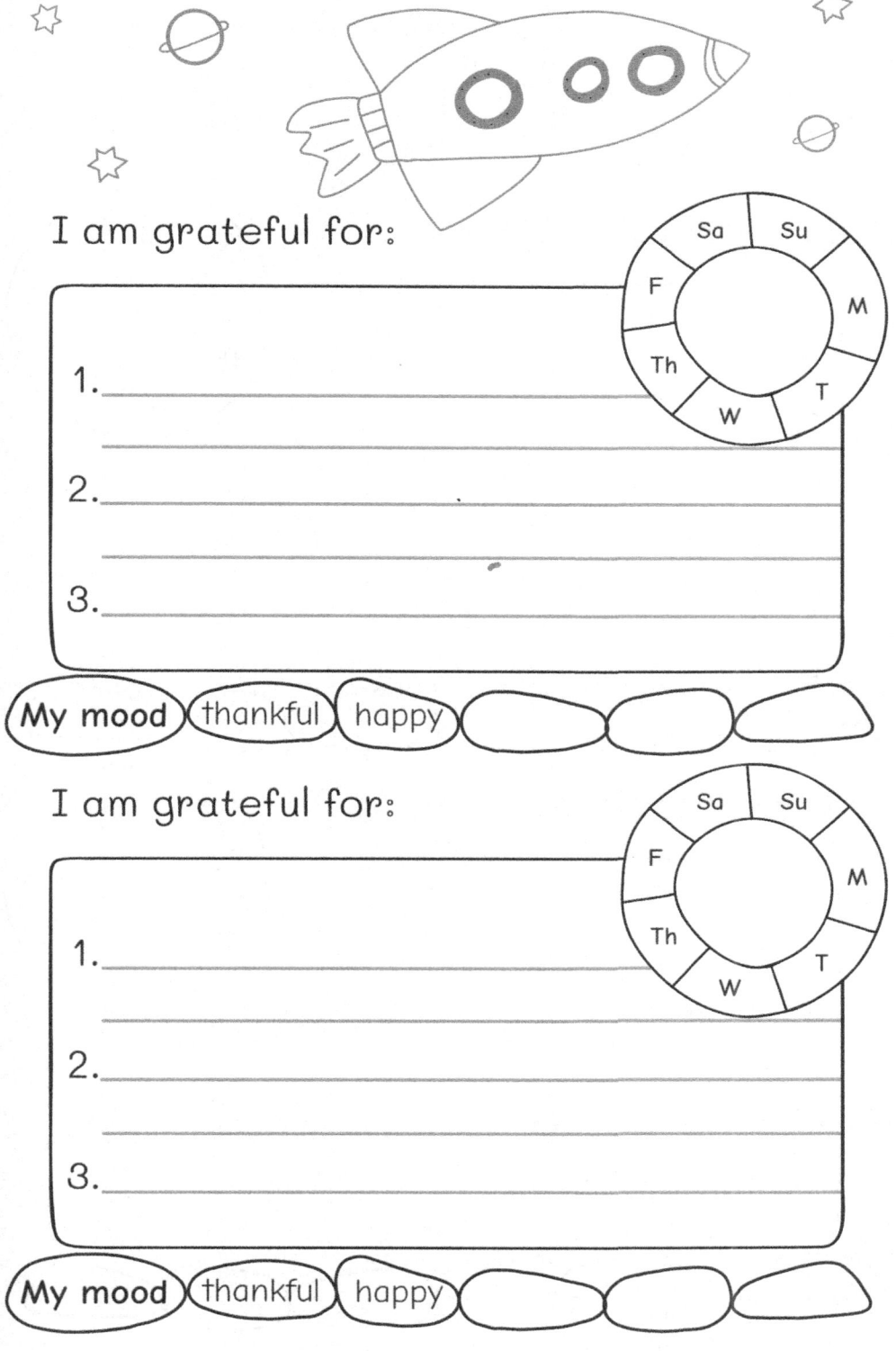

I am grateful for:

1. _____

_____

2. _____

_____

3. _____

My mood · thankful · happy

Sa · Su · M · T · W · Th · F

I am grateful for:

1. _____

_____

2. _____

_____

3. _____

My mood · thankful · happy

Sa · Su · M · T · W · Th · F

I am grateful for:

1. _____
2. _____
3. _____

Days wheel: Sa Su M T W Th F

My mood: thankful happy

I am grateful for:

1. _____
2. _____
3. _____

Days wheel: Sa Su M T W Th F

My mood: thankful happy

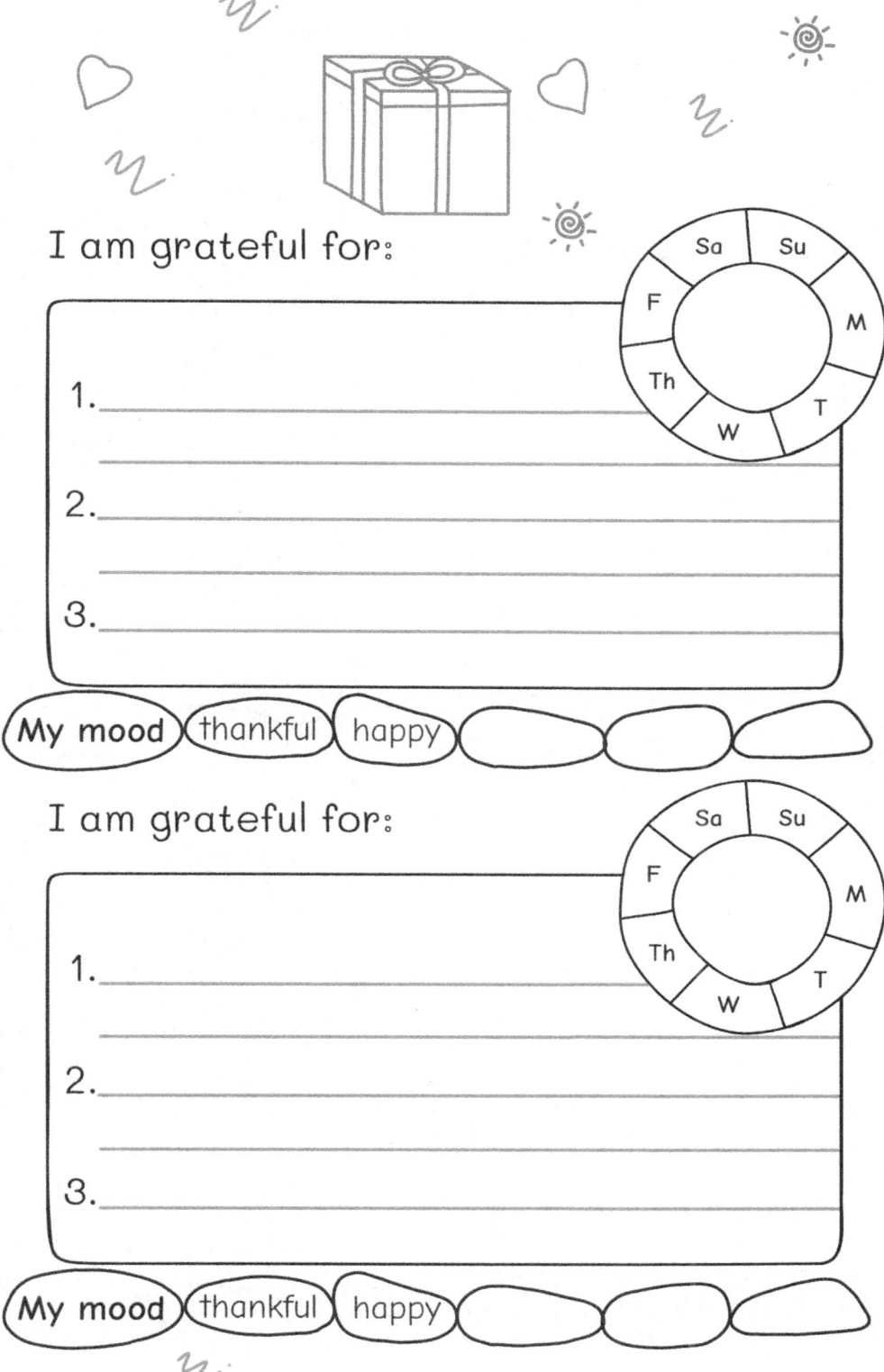

I am grateful for:

1. _____

2. _____

3. _____

Sa Su
F   M
Th   T
W

My mood thankful happy

I am grateful for:

1. _____

2. _____

3. _____

Sa Su
F   M
Th   T
W

My mood thankful happy

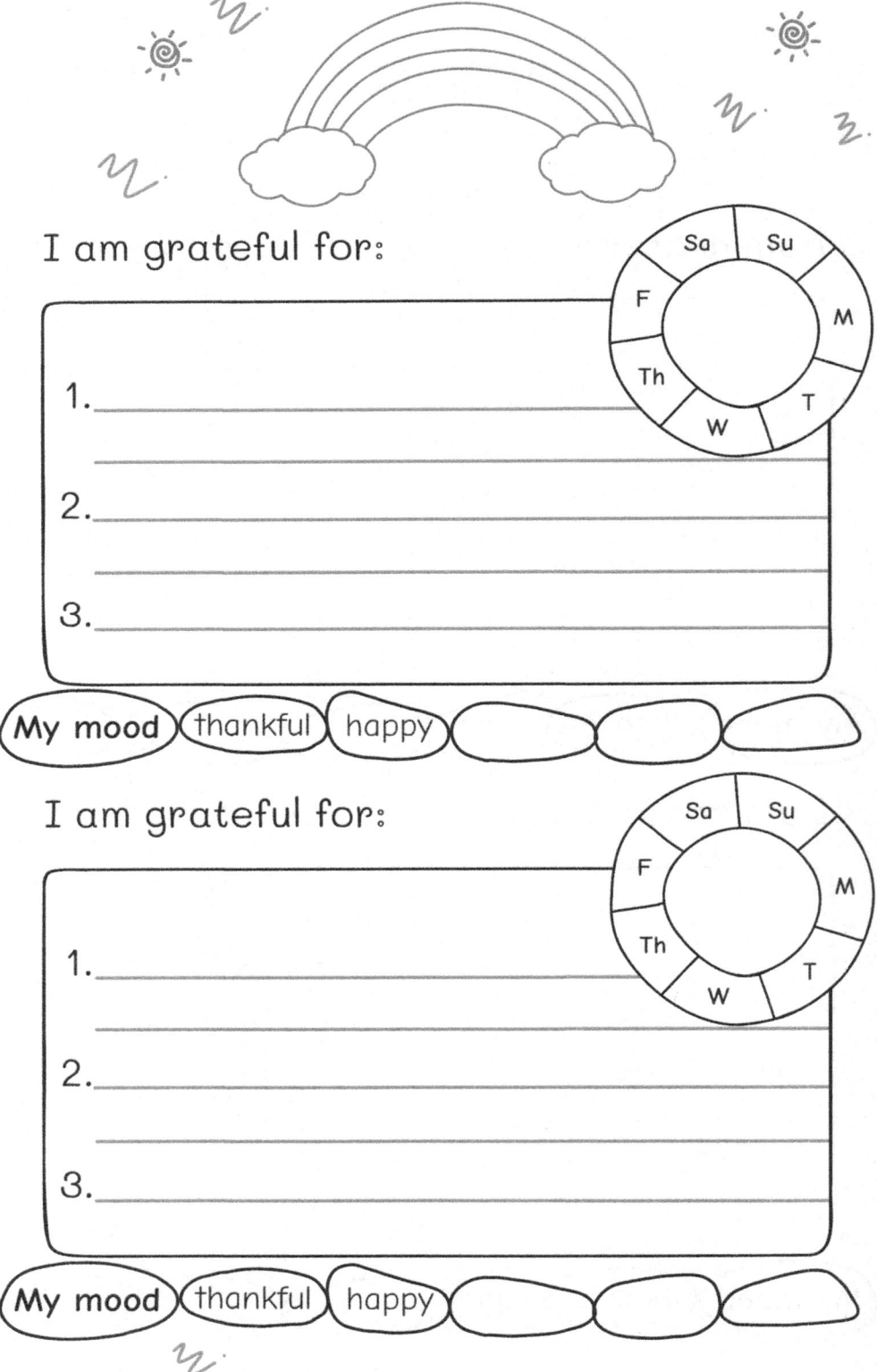

I am grateful for:

1._____

2._____

3._____

My mood thankful happy

I am grateful for:

1._____

2._____

3._____

My mood thankful happy

I am grateful for:

1._____

2._____

3._____

Sa Su
F
M
Th
T
W

My mood — thankful — happy

I am grateful for:

1._____

2._____

3._____

Sa Su
F
M
Th
T
W

My mood — thankful — happy

I am grateful for:

Sa Su
F M
Th T
W

1. _____

2. _____

3. _____

My mood thankful happy

I am grateful for:

Sa Su
F M
Th T
W

1. _____

2. _____

3. _____

My mood thankful happy

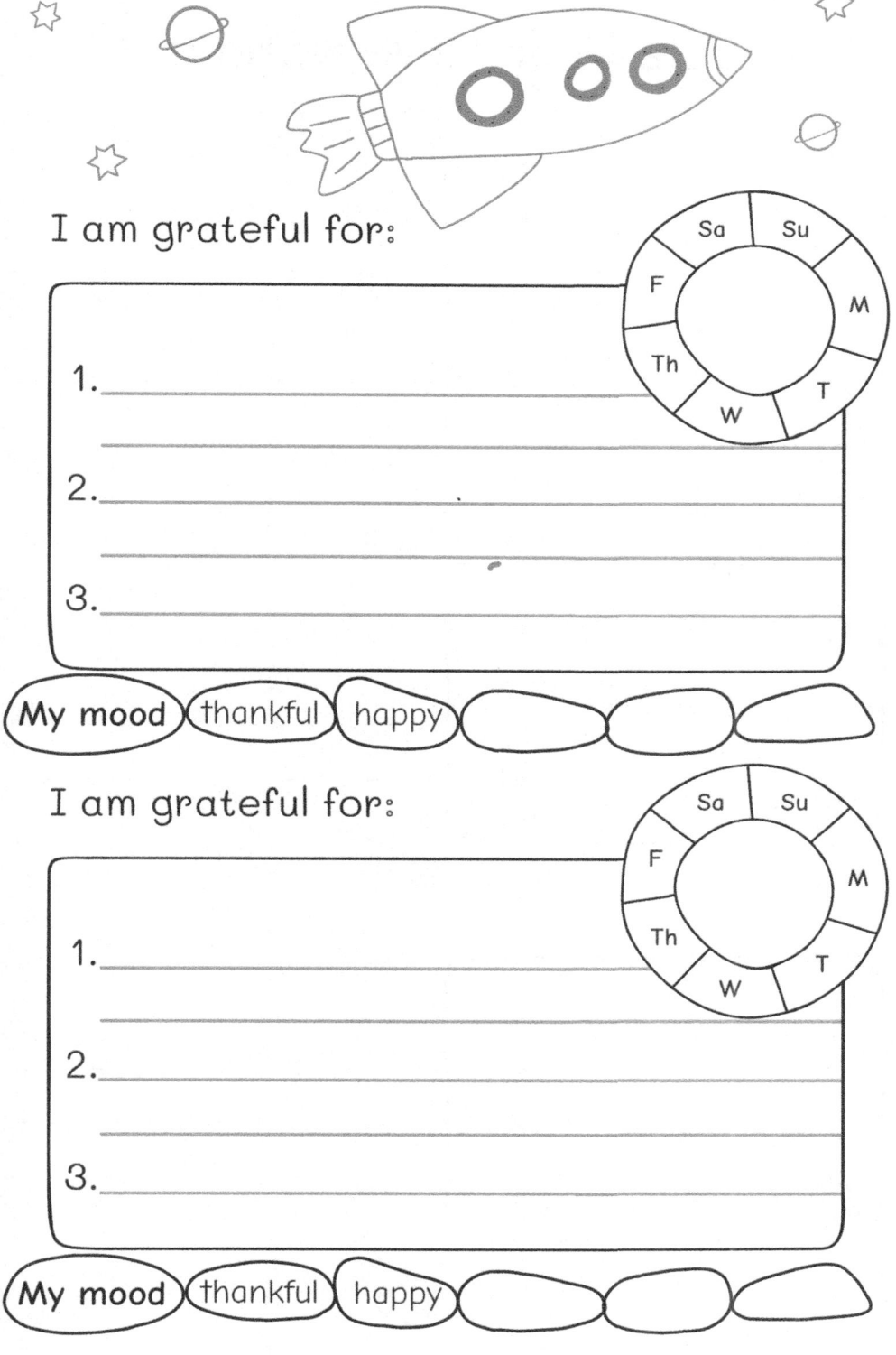

I am grateful for:

1.
2.
3.

Sa Su
F M
Th T
W

My mood thankful happy

I am grateful for:

1.
2.
3.

Sa Su
F M
Th T
W

My mood thankful happy

People i can't live without

People i can't live without

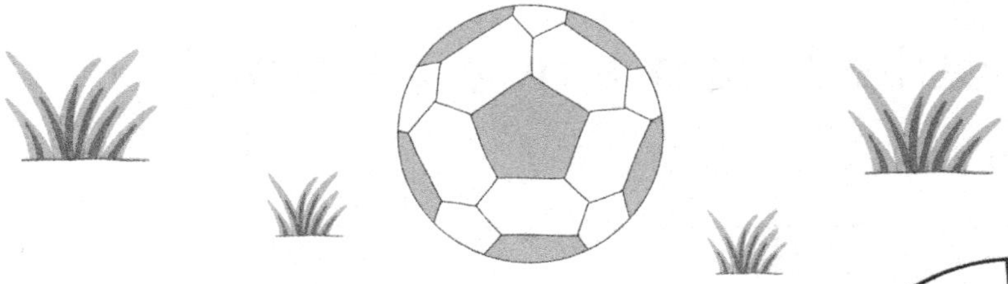

I am grateful for:

Sa Su M T W Th F

1. ____________________

2. ____________________

3. ____________________

My mood | thankful | happy

I am grateful for:

Sa Su M T W Th F

1. ____________________

2. ____________________

3. ____________________

My mood | thankful | happy

I am grateful for:

1._____

2._____

3._____

Sa Su F M Th T W

My mood thankful happy

I am grateful for:

1._____

2._____

3._____

Sa Su F M Th T W

My mood thankful happy

I am grateful for:

Sa | Su | F | M | Th | T | W

1._____

2._____

3._____

My mood — thankful — happy

I am grateful for:

Sa | Su | F | M | Th | T | W

1._____

2._____

3._____

My mood — thankful — happy

I am grateful for:

Sa Su
F   M
Th   T
W

1. _____
_____
2. _____
_____
3. _____

My mood thankful happy

I am grateful for:

Sa Su
F   M
Th   T
W

1. _____
_____
2. _____
_____
3. _____

My mood thankful happy

I am grateful for:

1._____

2._____

3._____

My mood thankful happy

Sa Su M T W Th F

I am grateful for:

1._____

2._____

3._____

My mood thankful happy

Sa Su M T W Th F

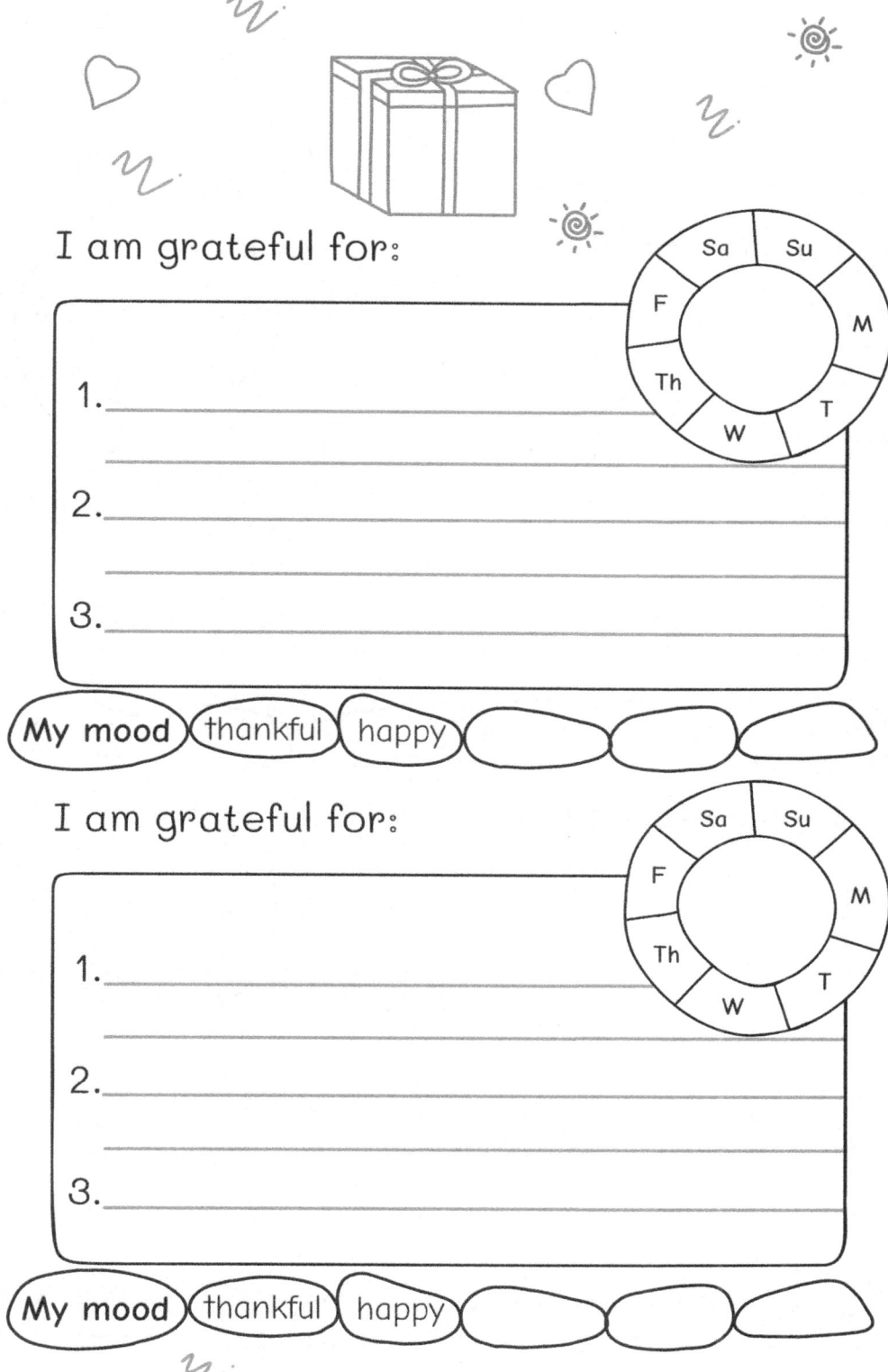

I am grateful for:

1._____

2._____

3._____

My mood · thankful · happy

I am grateful for:

1._____

2._____

3._____

My mood · thankful · happy

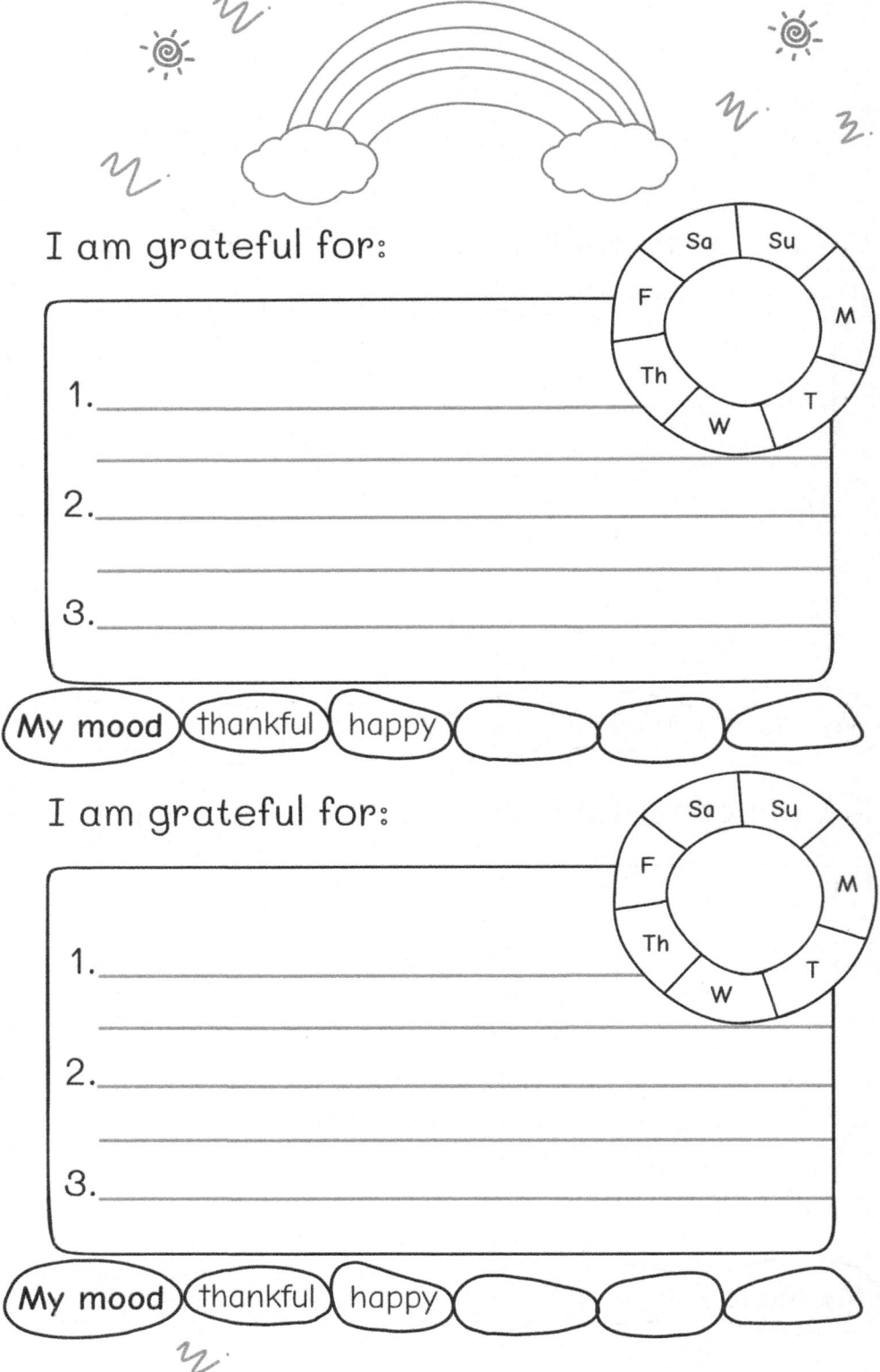

I am grateful for:

Sa Su
F
M
Th
T
W

1. _____

2. _____

3. _____

My mood thankful happy

I am grateful for:

Sa Su
F
M
Th
T
W

1. _____

2. _____

3. _____

My mood thankful happy

I am grateful for:

1. _____

2. _____

3. _____

Sa Su F M Th T W

My mood — thankful — happy — ◯ ◯ ◯

I am grateful for:

1. _____

2. _____

3. _____

Sa Su F M Th T W

My mood — thankful — happy — ◯ ◯ ◯

I am grateful for:

Sa Su F Th W T M

1._____

2._____

3._____

My mood thankful happy

I am grateful for:

Sa Su F Th W T M

1._____

2._____

3._____

My mood thankful happy

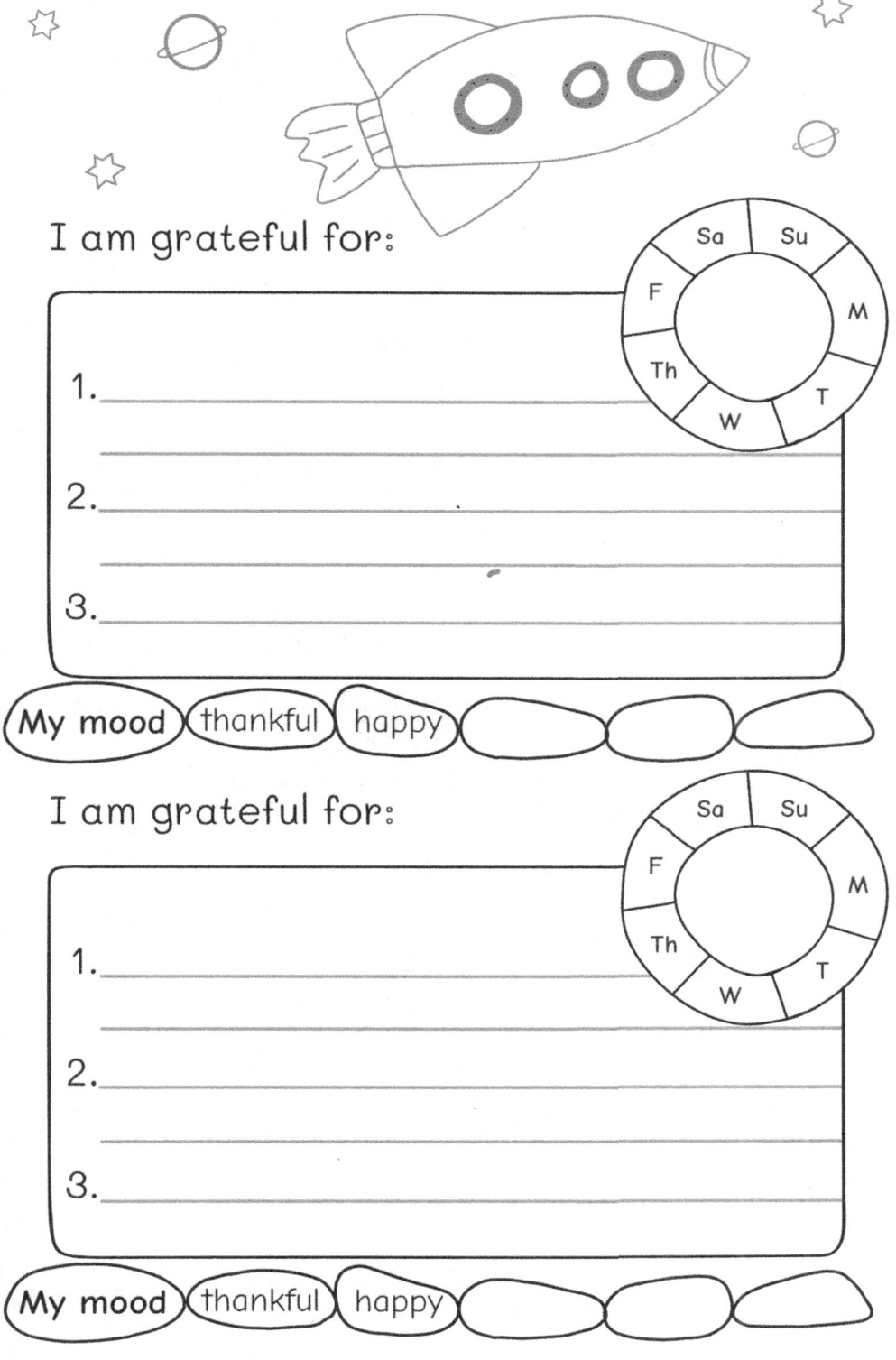

I am grateful for:

1. _____

2. _____

3. _____

Sa Su
F M
Th T
W

My mood thankful happy

I am grateful for:

1. _____

2. _____

3. _____

Sa Su
F M
Th T
W

My mood thankful happy

Write thank you in five languages.

Thank you

(English)

Write happy in five languages.

Happy
(English)

I am grateful for:

Sa Su
F M
Th T
W

1. _____

_____

2. _____

_____

3. _____

My mood thankful happy

I am grateful for:

Sa Su
F M
Th T
W

1. _____

_____

2. _____

_____

3. _____

My mood thankful happy

I am grateful for:

Sa Su F M Th T W

1._____

2._____

3._____

My mood thankful happy

I am grateful for:

Sa Su F M Th T W

1._____

2._____

3._____

My mood thankful happy

I am grateful for:

Sa Su F M Th T W

1._____

2._____

3._____

My mood · thankful · happy

I am grateful for:

Sa Su F M Th T W

1._____

2._____

3._____

My mood · thankful · happy

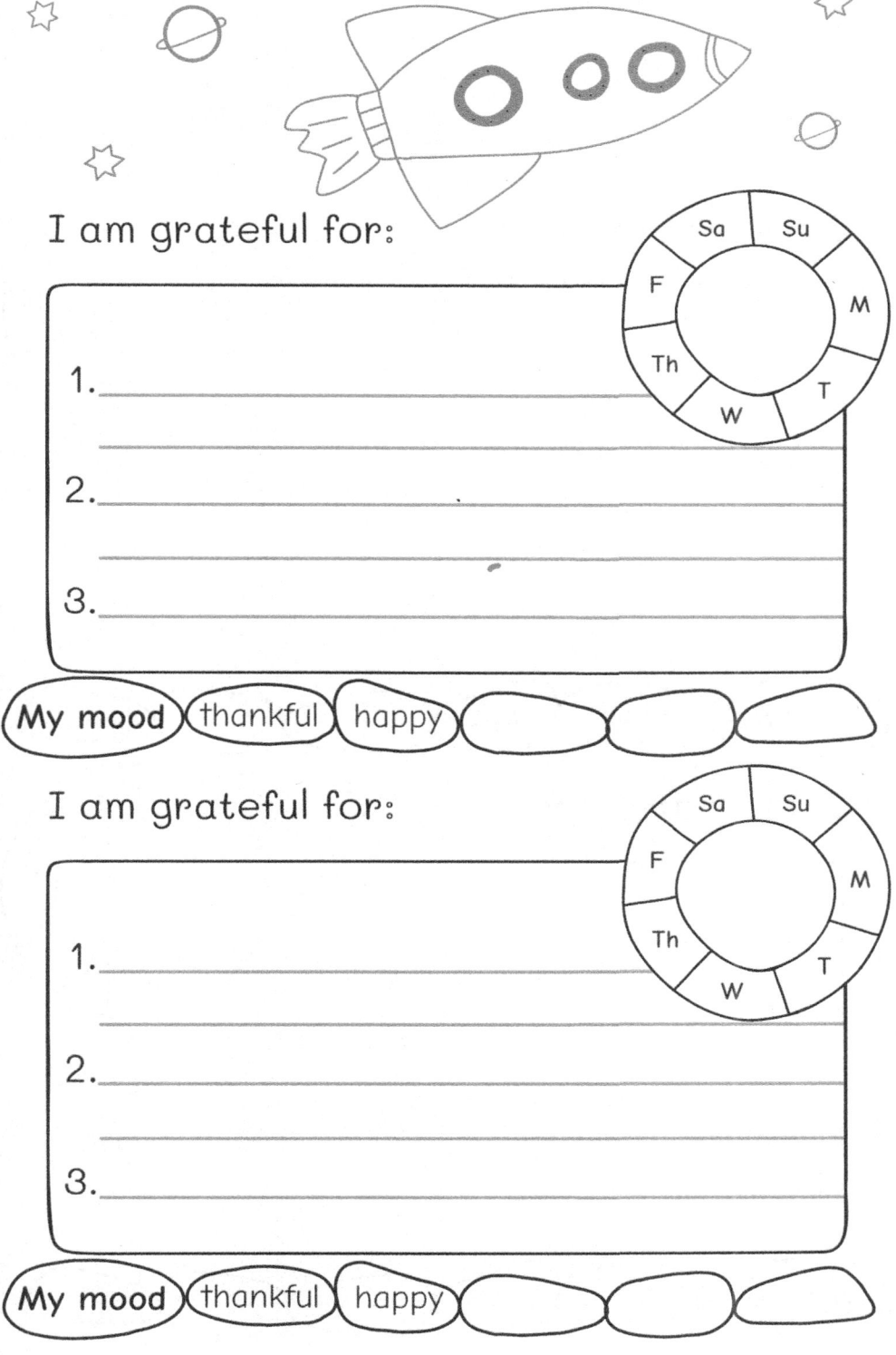

I am grateful for:

Sa Su
F
M
Th
W T

1._____

2._____

3._____

My mood thankful happy

I am grateful for:

Sa Su
F
M
Th
W T

1._____

2._____

3._____

My mood thankful happy

I am grateful for:

Sa Su
F   M
Th   T
W

1._____

2._____

3._____

My mood thankful happy

I am grateful for:

Sa Su
F   M
Th   T
W

1._____

2._____

3._____

My mood thankful happy

I am grateful for:

1._____

2._____

3._____

My mood · thankful · happy

I am grateful for:

1._____

2._____

3._____

My mood · thankful · happy

I am grateful for:

1. _____
2. _____
3. _____

Sa Su
F M
Th T
W

My mood thankful happy

I am grateful for:

1. _____
2. _____
3. _____

Sa Su
F M
Th T
W

My mood thankful happy

I am grateful for:

1.
2.
3.

Sa Su
F M
Th T
W

My mood thankful happy

I am grateful for:

1.
2.
3.

Sa Su
F M
Th T
W

My mood thankful happy

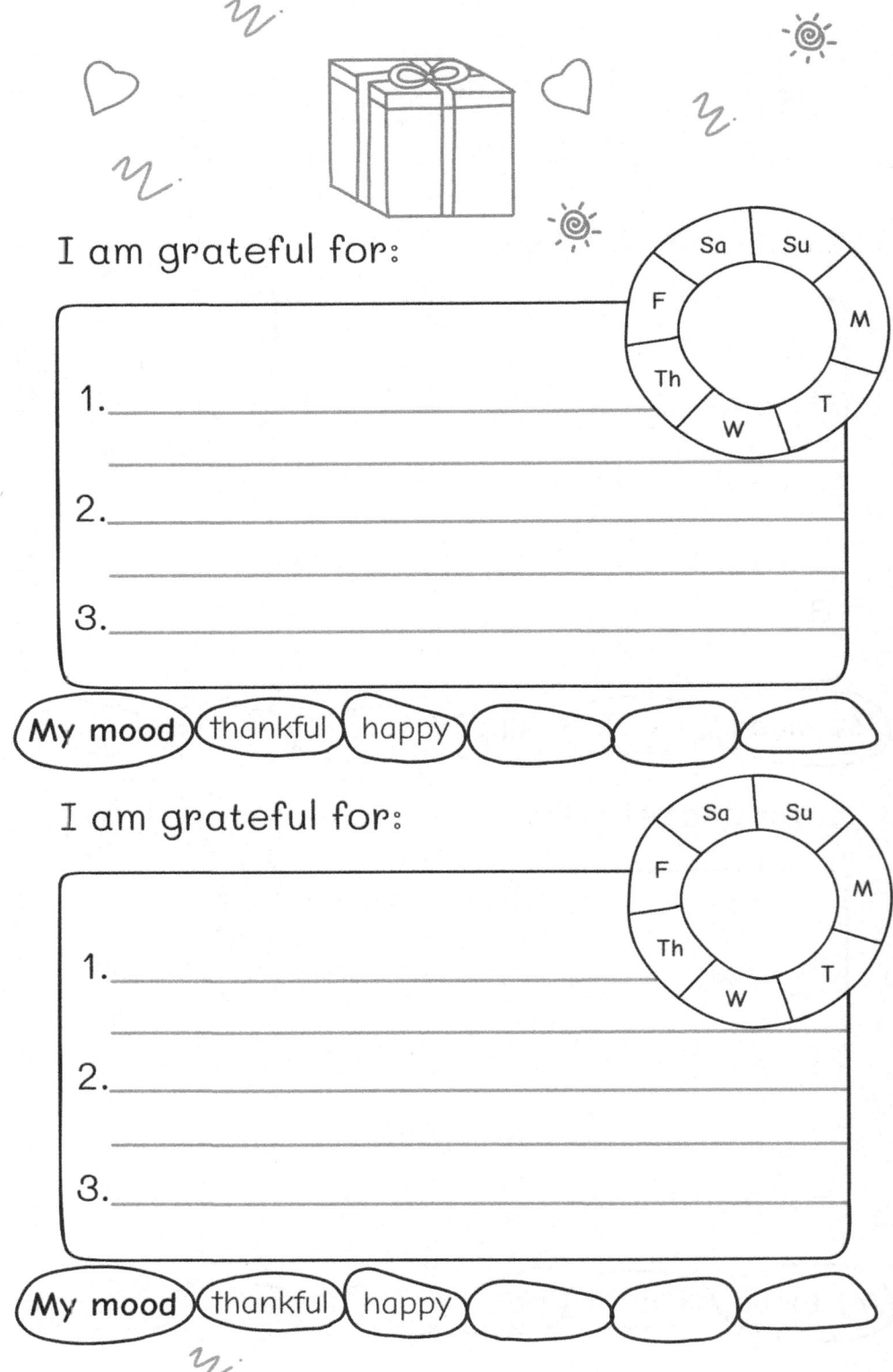

I am grateful for:

1. _____

2. _____

3. _____

Sa Su F M Th T W

My mood thankful happy

I am grateful for:

1. _____

2. _____

3. _____

Sa Su F M Th T W

My mood thankful happy

I am grateful for:

1._____
_____
2._____
_____
3._____

My mood (thankful) (happy) ( ) ( ) ( )

I am grateful for:

1._____
_____
2._____
_____
3._____

My mood (thankful) (happy) ( ) ( ) ( )

Books i can't put down

Books i can't put down

I am grateful for:

Sa Su
F M
Th T
W

1._____

2._____

3._____

My mood | thankful | happy

I am grateful for:

Sa Su
F M
Th T
W

1._____

2._____

3._____

My mood | thankful | happy

I am grateful for:

1. _____

2. _____

3. _____

Sa | Su | M | T | W | Th | F

My mood thankful happy

I am grateful for:

1. _____

2. _____

3. _____

Sa | Su | M | T | W | Th | F

My mood thankful happy

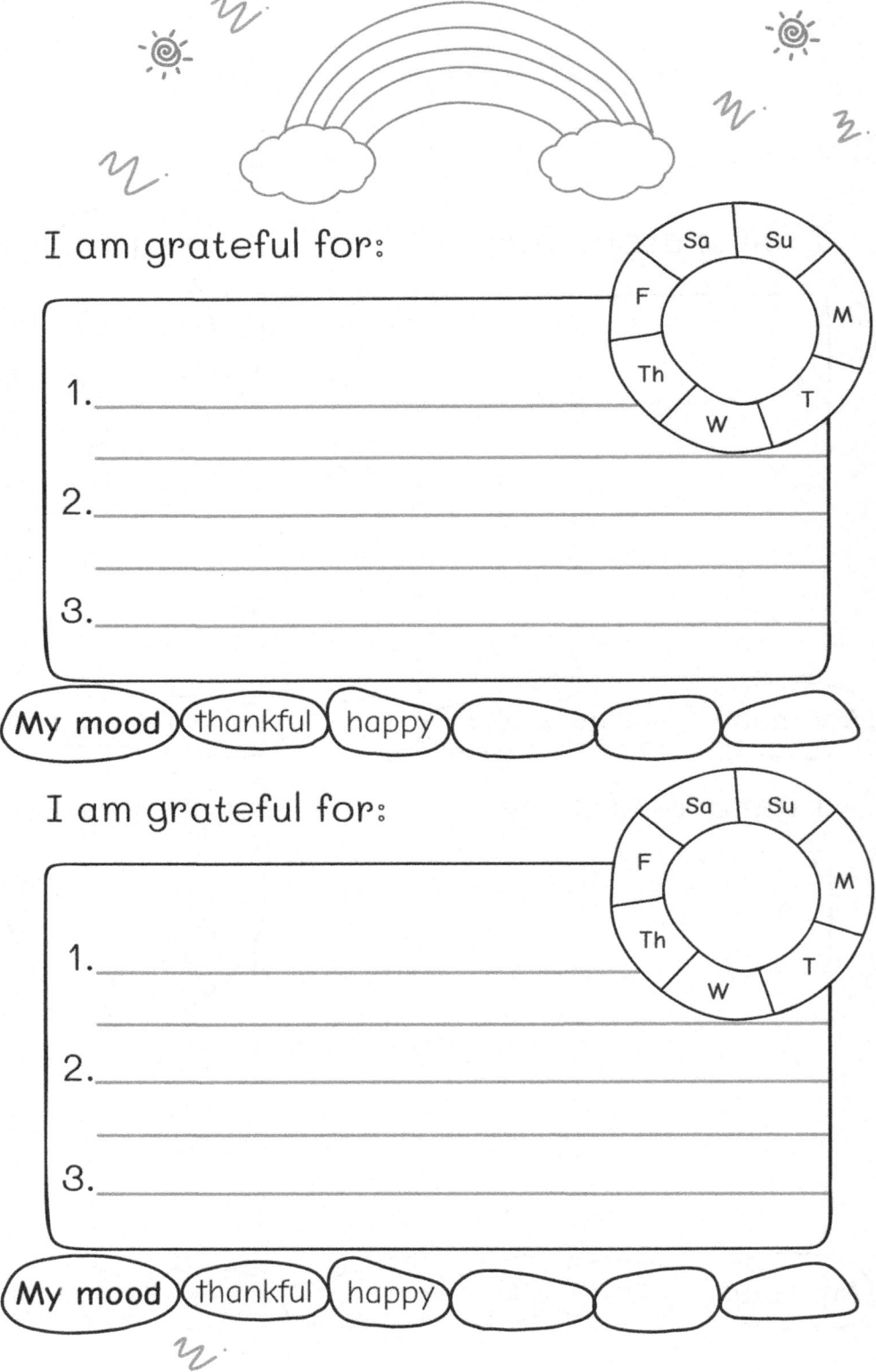

I am grateful for:

1.

2.

3.

Sa Su
F
M
Th
W T

My mood — thankful — happy

I am grateful for:

1.

2.

3.

Sa Su
F
M
Th
W T

My mood — thankful — happy

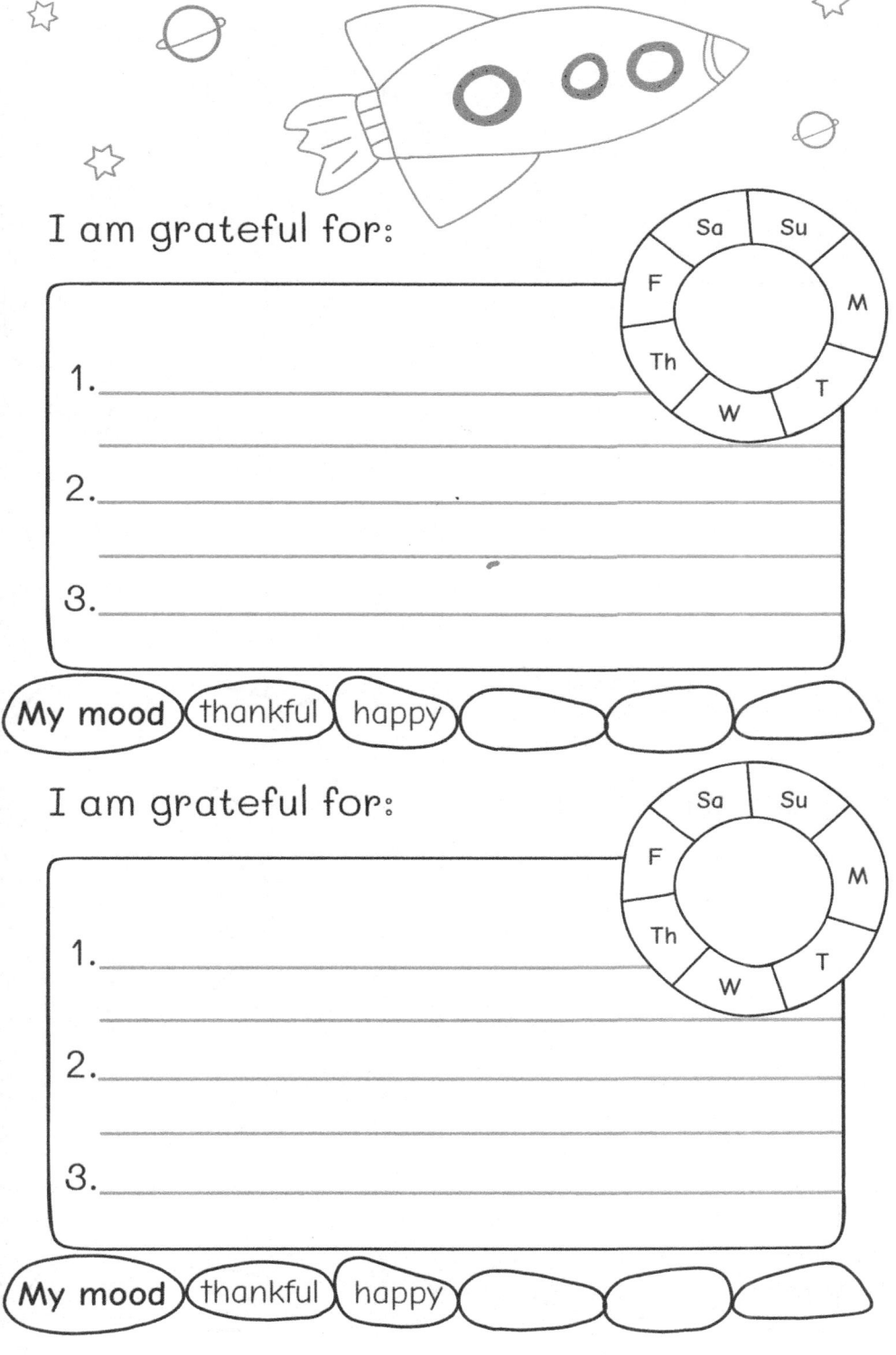

I am grateful for:

Sa Su
F   M
Th   T
W

1. _____
_____
2. _____
_____
3. _____

My mood thankful happy

I am grateful for:

Sa Su
F   M
Th   T
W

1. _____
_____
2. _____
_____
3. _____

My mood thankful happy

I am grateful for:

Sa Su
F M
Th T
W

1._____

2._____

3._____

My mood thankful happy

I am grateful for:

Sa Su
F M
Th T
W

1._____

2._____

3._____

My mood thankful happy

I am grateful for:

1. _____

2. _____

3. _____

Sa Su F M Th T W

My mood thankful happy

I am grateful for:

1. _____

2. _____

3. _____

Sa Su F M Th T W

My mood thankful happy

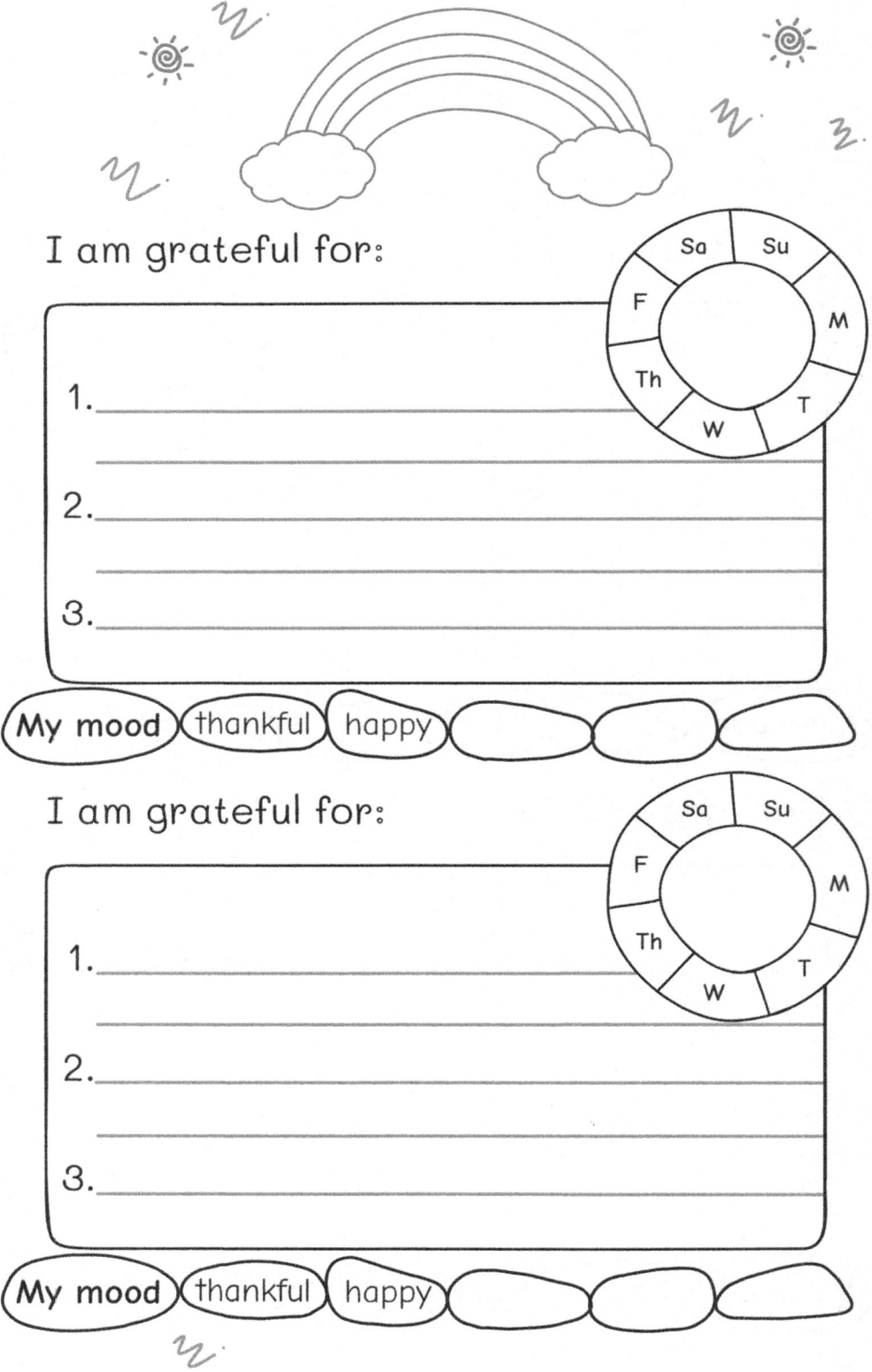

I am grateful for:

Sa Su
F M
Th T
W

1. _____

2. _____

3. _____

My mood thankful happy

I am grateful for:

Sa Su
F M
Th T
W

1. _____

2. _____

3. _____

My mood thankful happy

I am grateful for:

1._____
2._____
3._____

Sa | Su
F | | M
Th | | T
W

My mood thankful happy

I am grateful for:

1._____
2._____
3._____

Sa | Su
F | | M
Th | | T
W

My mood thankful happy

I am grateful for:

1. _____

2. _____

3. _____

Sa Su F M Th T W

My mood thankful happy

I am grateful for:

1. _____

2. _____

3. _____

Sa Su F M Th T W

My mood thankful happy

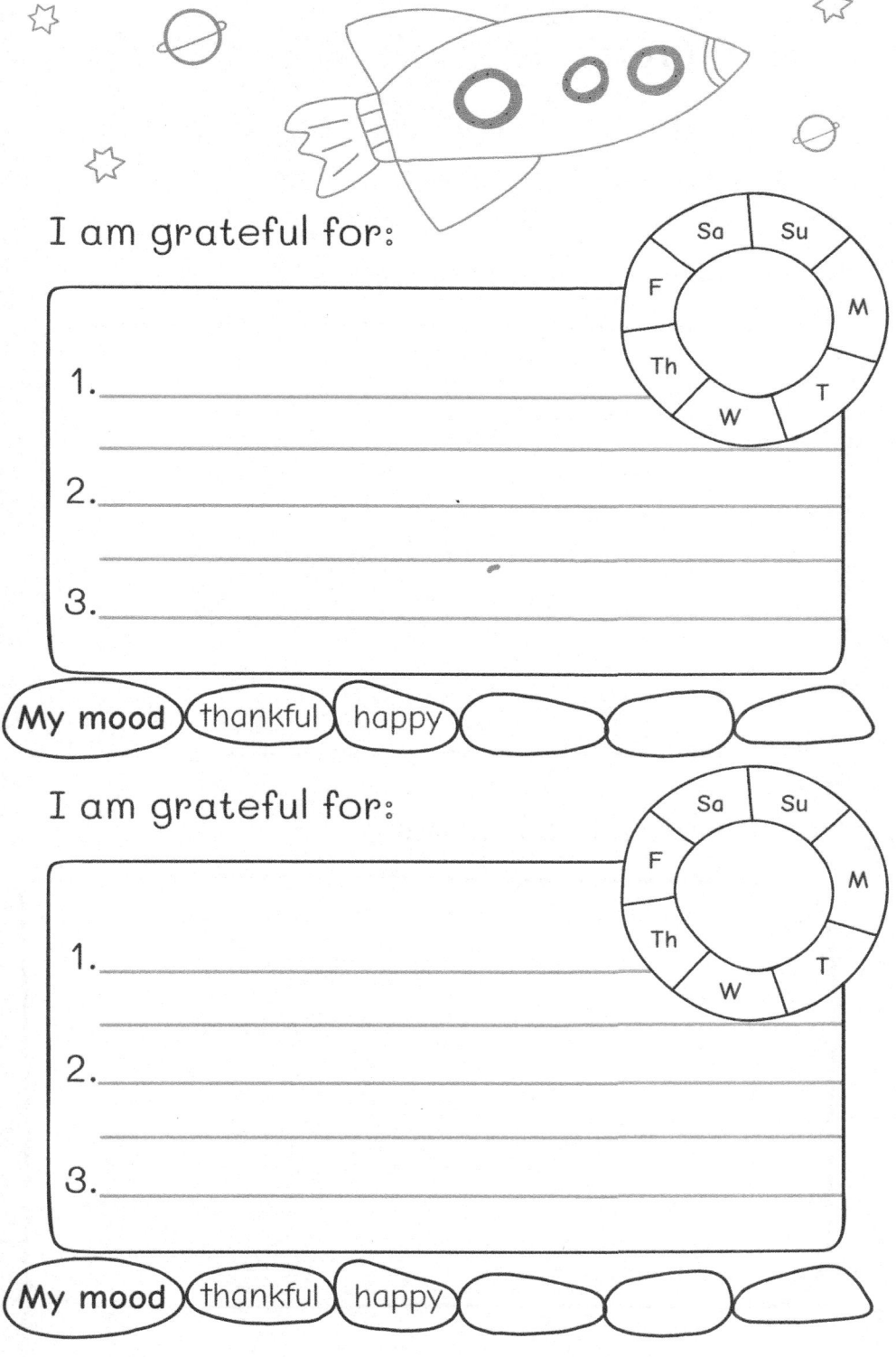

I am grateful for:

1. _____
2. _____
3. _____

My mood thankful happy

I am grateful for:

1. _____
2. _____
3. _____

My mood thankful happy

Indoor Treasure Hunt

Find things indoor and paste photos
or draw in the boxes below.

Something that makes you smile.

Your favorite family photo.

Something that smells good.

Your favorite toy.

I am grateful for:

Sa | Su
F | M
Th | T
W

1. _____

2. _____

3. _____

My mood | thankful | happy

I am grateful for:

Sa | Su
F | M
Th | T
W

1. _____

2. _____

3. _____

My mood | thankful | happy

I am grateful for:

1._____
_____
2._____
_____
3._____

My mood   thankful   happy

I am grateful for:

1._____
_____
2._____
_____
3._____

My mood   thankful   happy

I am grateful for:

Sa Su F M Th T W

1._____
_____
2._____
_____
3._____

My mood thankful happy

I am grateful for:

Sa Su F M Th T W

1._____
_____
2._____
_____
3._____

My mood thankful happy

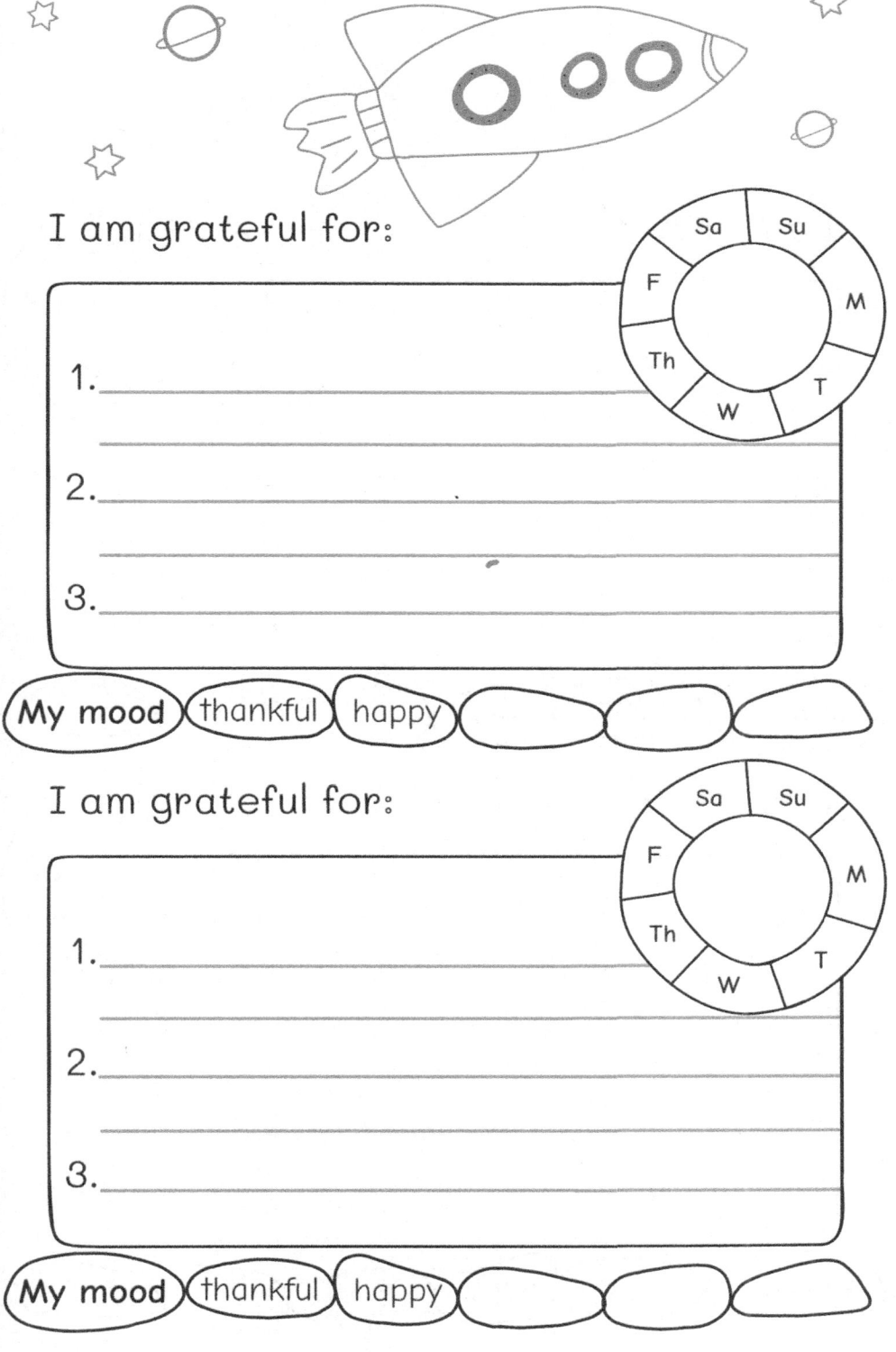

I am grateful for:

1. _____

2. _____

3. _____

My mood   thankful   happy

I am grateful for:

1. _____

2. _____

3. _____

My mood   thankful   happy

I am grateful for:

1. _____

2. _____

3. _____

Sa Su
F   M
Th   T
W

My mood thankful happy

I am grateful for:

1. _____

2. _____

3. _____

Sa Su
F   M
Th   T
W

My mood thankful happy

I am grateful for:

1. _____

2. _____

3. _____

Sa Su F M Th T W

My mood thankful happy

I am grateful for:

1. _____

2. _____

3. _____

Sa Su F M Th T W

My mood thankful happy

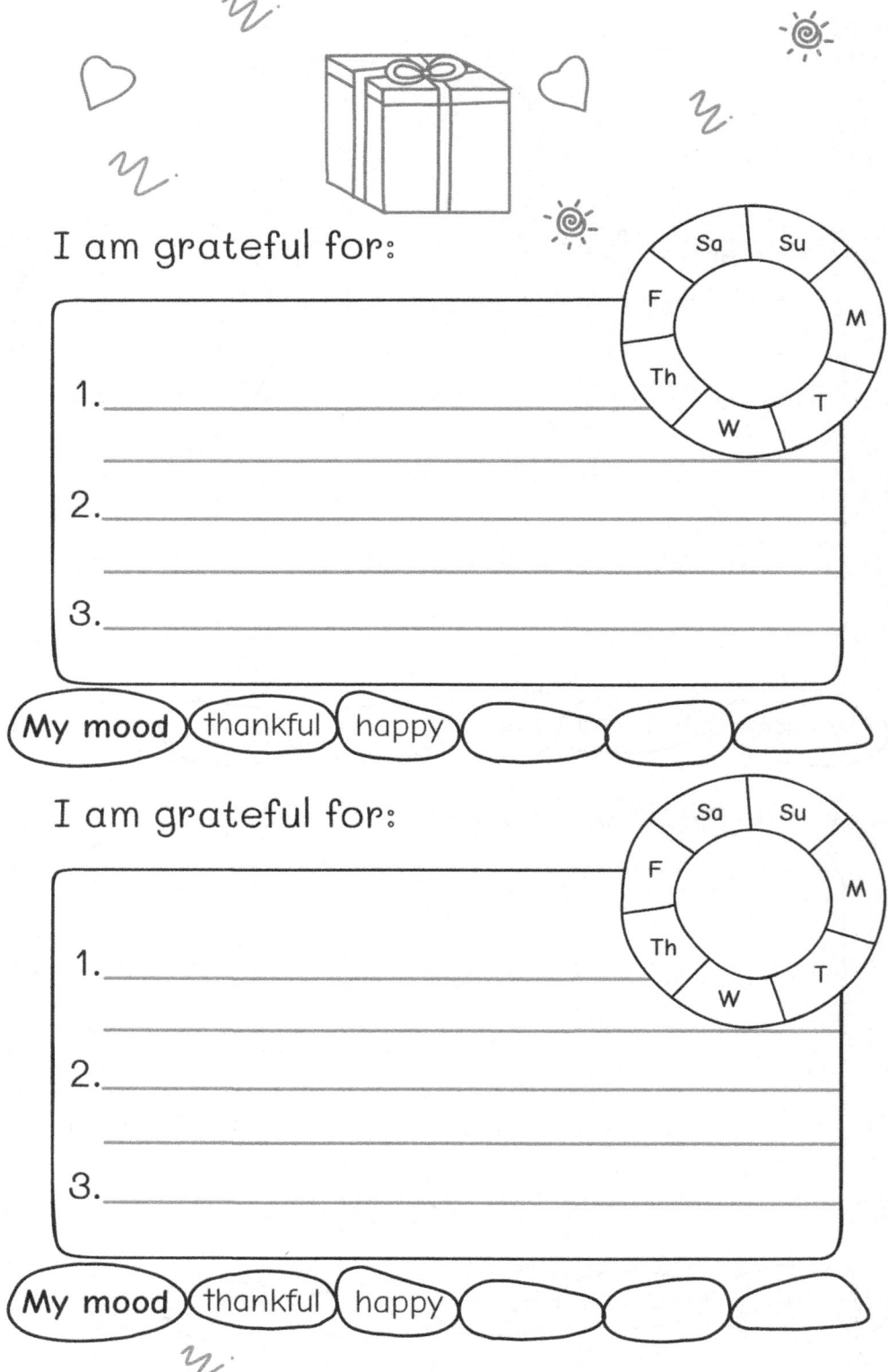

I am grateful for:

1._____
_____
2._____
_____
3._____

My mood thankful happy

I am grateful for:

1._____
_____
2._____
_____
3._____

My mood thankful happy

I am grateful for:

1. _____
2. _____
3. _____

Sa | Su | F | M | Th | T | W

My mood | thankful | happy

I am grateful for:

1. _____
2. _____
3. _____

Sa | Su | F | M | Th | T | W

My mood | thankful | happy

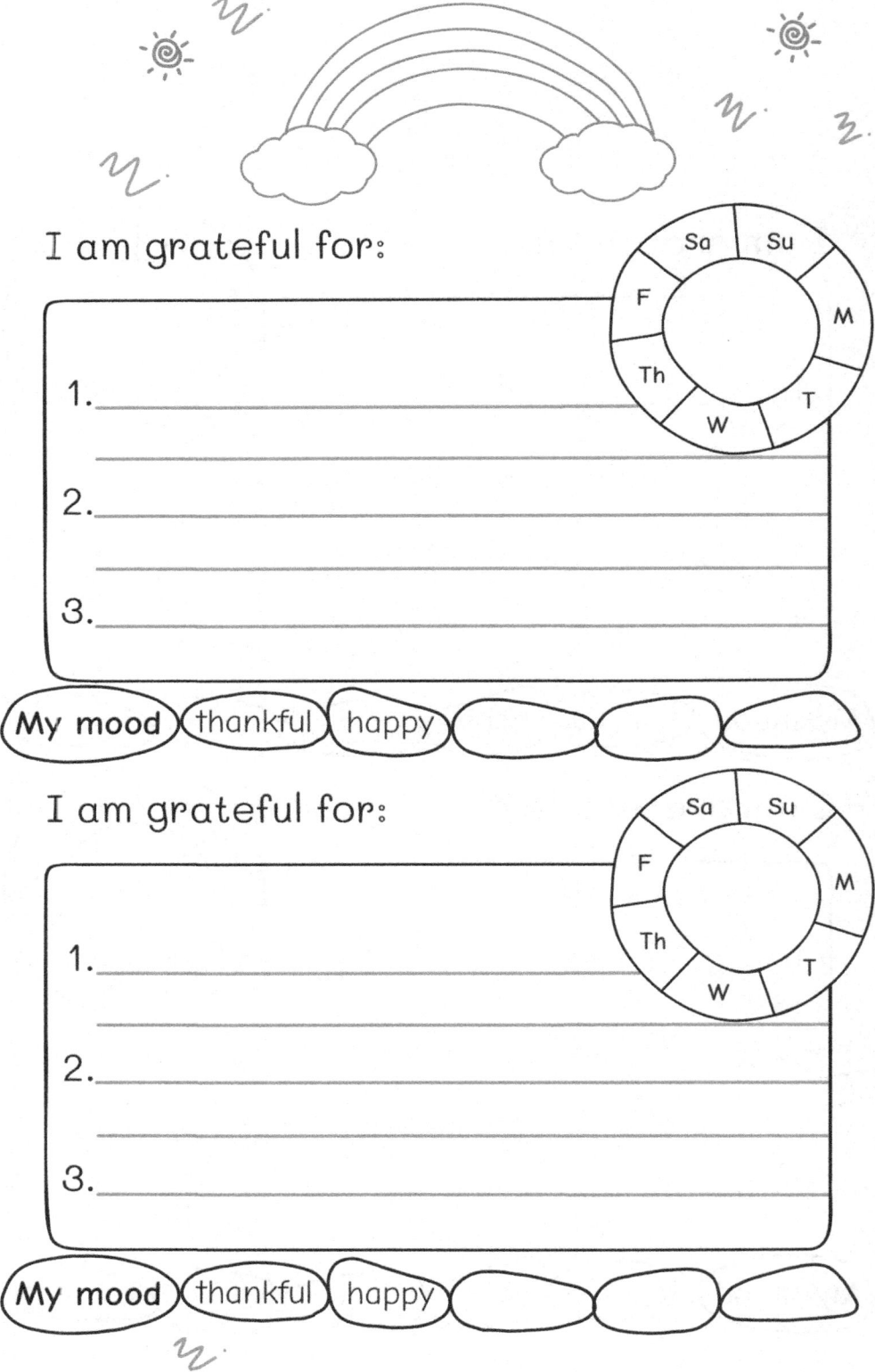

I am grateful for:

Sa Su
F M
Th T
W

1._____

2._____

3._____

My mood | thankful | happy

I am grateful for:

Sa Su
F M
Th T
W

1._____

2._____

3._____

My mood | thankful | happy

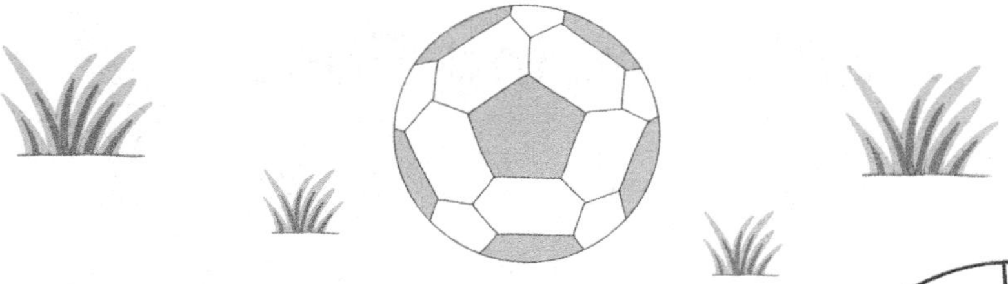

I am grateful for:

Sa Su M T W Th F

1. ______________________________

____

2. ______________________________

____

3. ______________________________

My mood | thankful | happy | | |

I am grateful for:

Sa Su M T W Th F

1. ______________________________

____

2. ______________________________

____

3. ______________________________

My mood | thankful | happy | | |

Mouthwatering Foods

Mouthwatering Foods

I am grateful for:

Sa | Su
F | M
Th | T
W

1._____

2._____

3._____

My mood thankful happy

I am grateful for:

Sa | Su
F | M
Th | T
W

1._____

2._____

3._____

My mood thankful happy

I am grateful for:

1. _____

2. _____

3. _____

Sa Su F M Th T W

My mood thankful happy

I am grateful for:

1. _____

2. _____

3. _____

Sa Su F M Th T W

My mood thankful happy

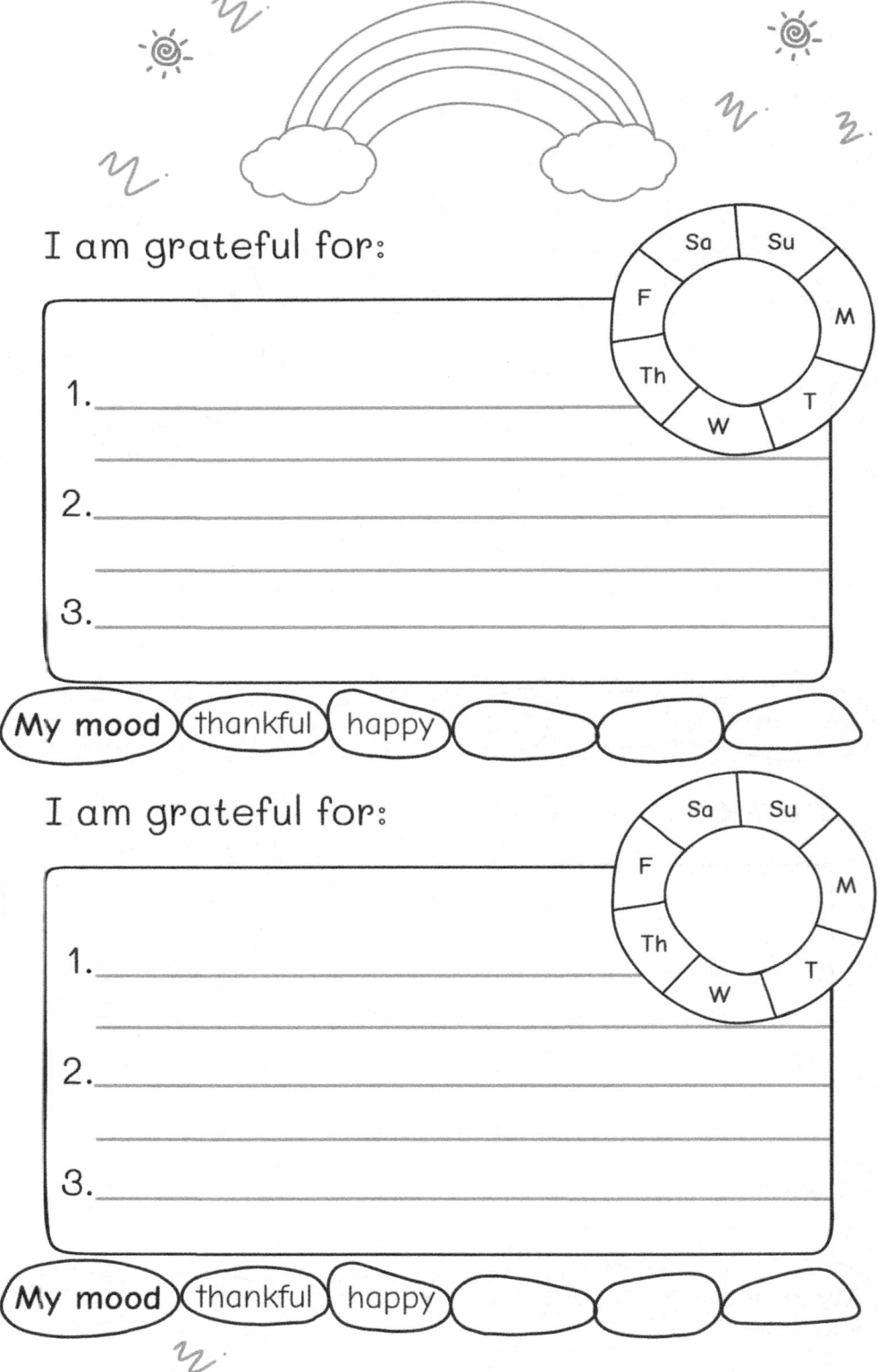

I am grateful for:

Sa Su F M Th T W

1. _____

2. _____

3. _____

My mood · thankful · happy

I am grateful for:

Sa Su F M Th T W

1. _____

2. _____

3. _____

My mood · thankful · happy

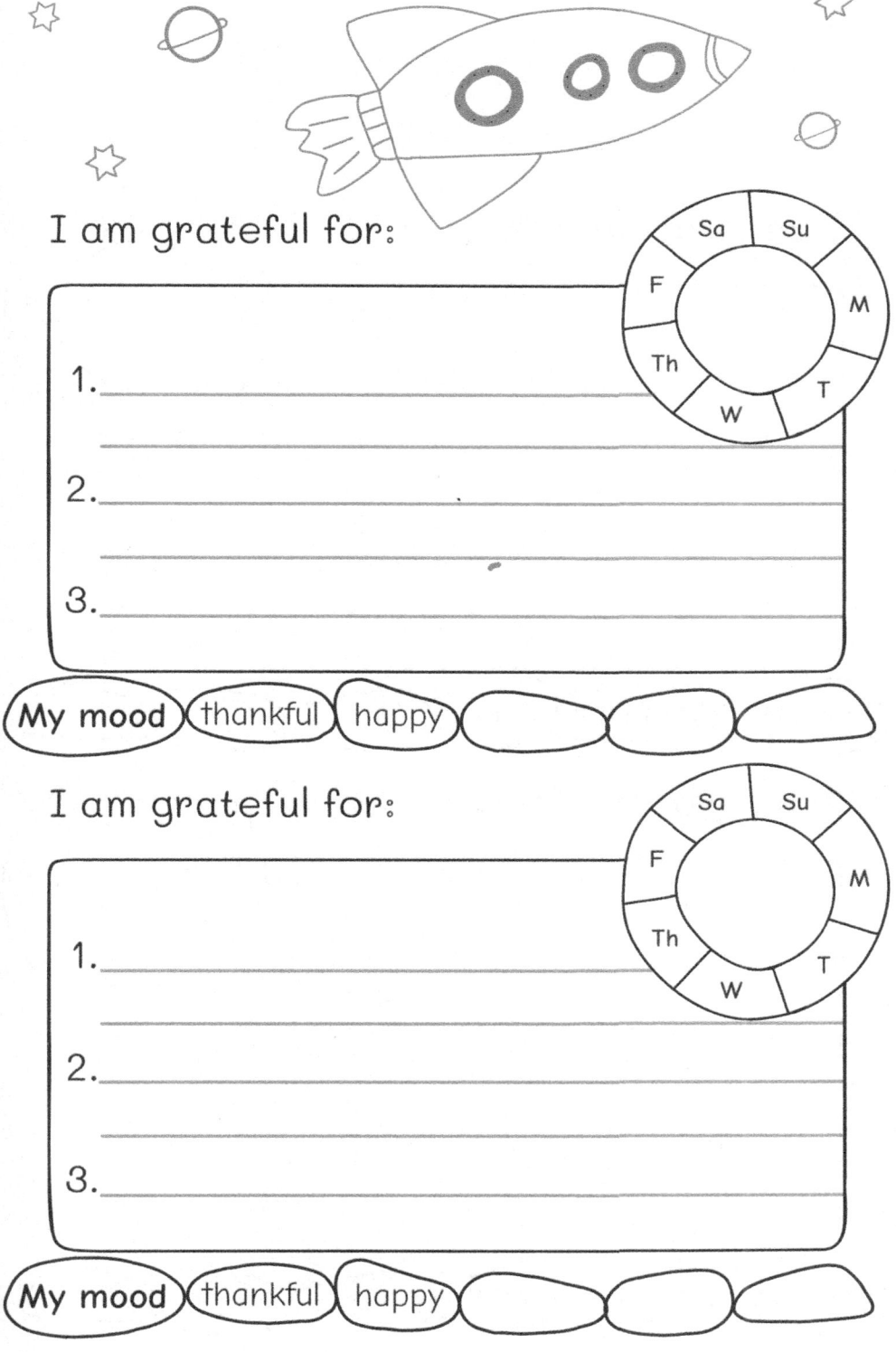

I am grateful for:

1._____

2._____

3._____

My mood thankful happy

I am grateful for:

1._____

2._____

3._____

My mood thankful happy

I am grateful for:

Sa · Su · M · T · W · Th · F

1. _____

2. _____

3. _____

My mood · thankful · happy

I am grateful for:

Sa · Su · M · T · W · Th · F

1. _____

2. _____

3. _____

My mood · thankful · happy

I am grateful for:

1._____

2._____

3._____

Sa Su
F   M
Th   T
W

My mood thankful happy

I am grateful for:

1._____

2._____

3._____

Sa Su
F   M
Th   T
W

My mood thankful happy

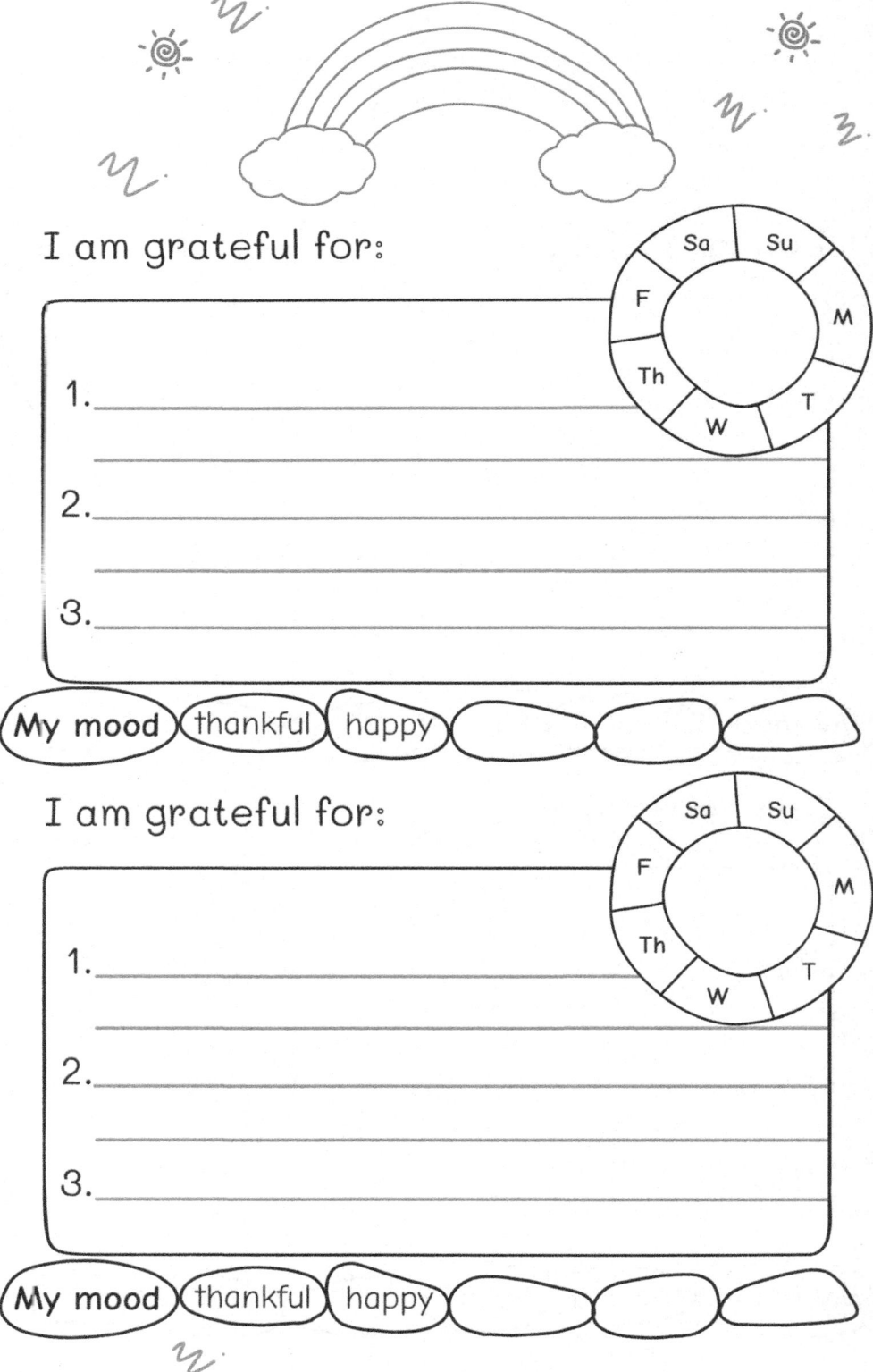

I am grateful for:

1. _____

2. _____

3. _____

Sa Su F M Th T W

My mood — thankful — happy

I am grateful for:

1. _____

2. _____

3. _____

Sa Su F M Th T W

My mood — thankful — happy

I am grateful for:

Sa Su F M Th T W

1._____

2._____

3._____

My mood thankful happy

I am grateful for:

Sa Su F M Th T W

1._____

2._____

3._____

My mood thankful happy

I am grateful for:

1. _____

2. _____

3. _____

Sa Su
F M
Th T
W

My mood thankful happy

I am grateful for:

1. _____

2. _____

3. _____

Sa Su
F M
Th T
W

My mood thankful happy

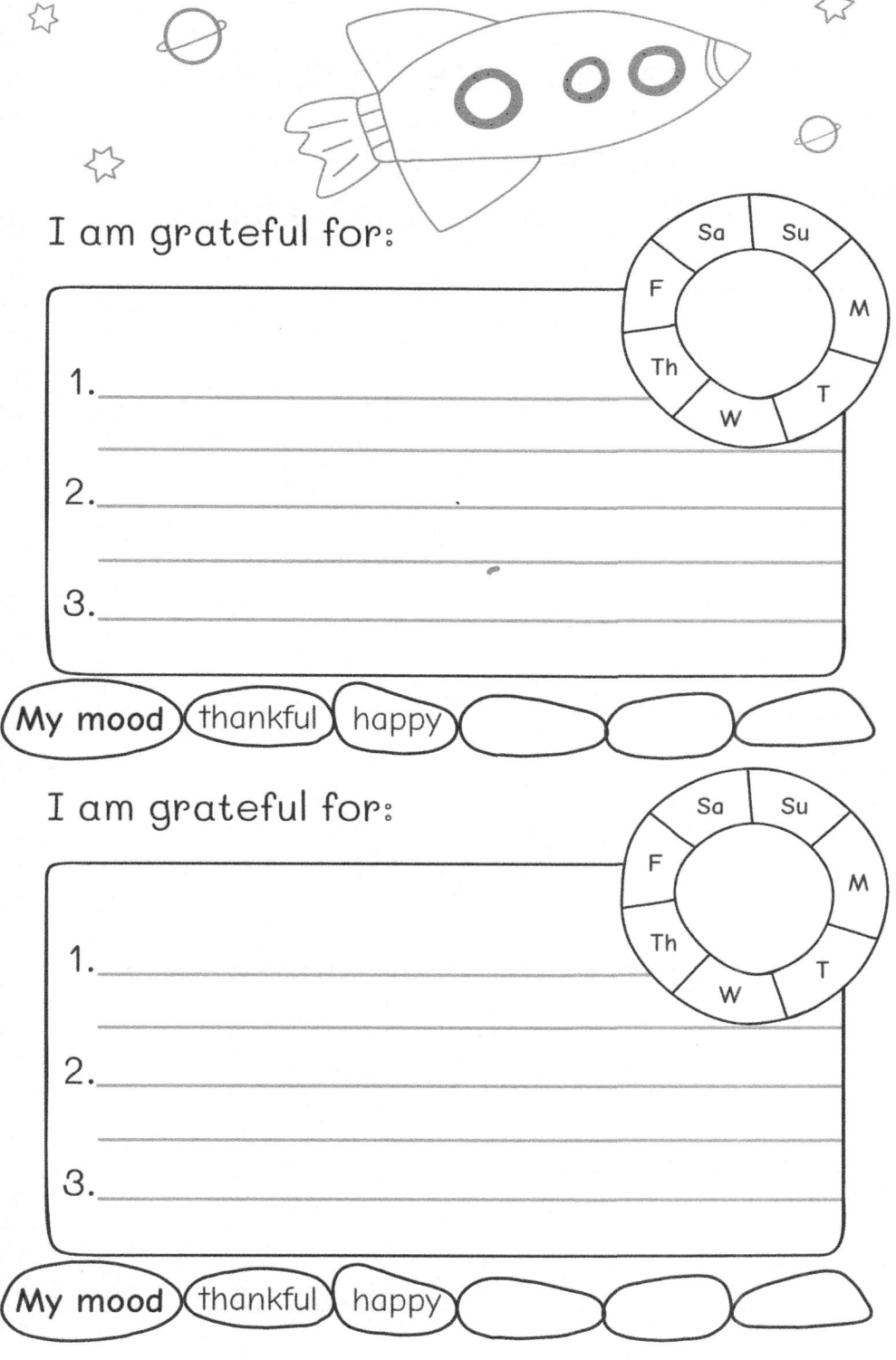

I am grateful for:

1._____

2._____

3._____

My mood thankful happy

I am grateful for:

1._____

2._____

3._____

My mood thankful happy

Nature Walk for Thankfulness

Take a walk in nature and note or draw all the things you are thankful for.

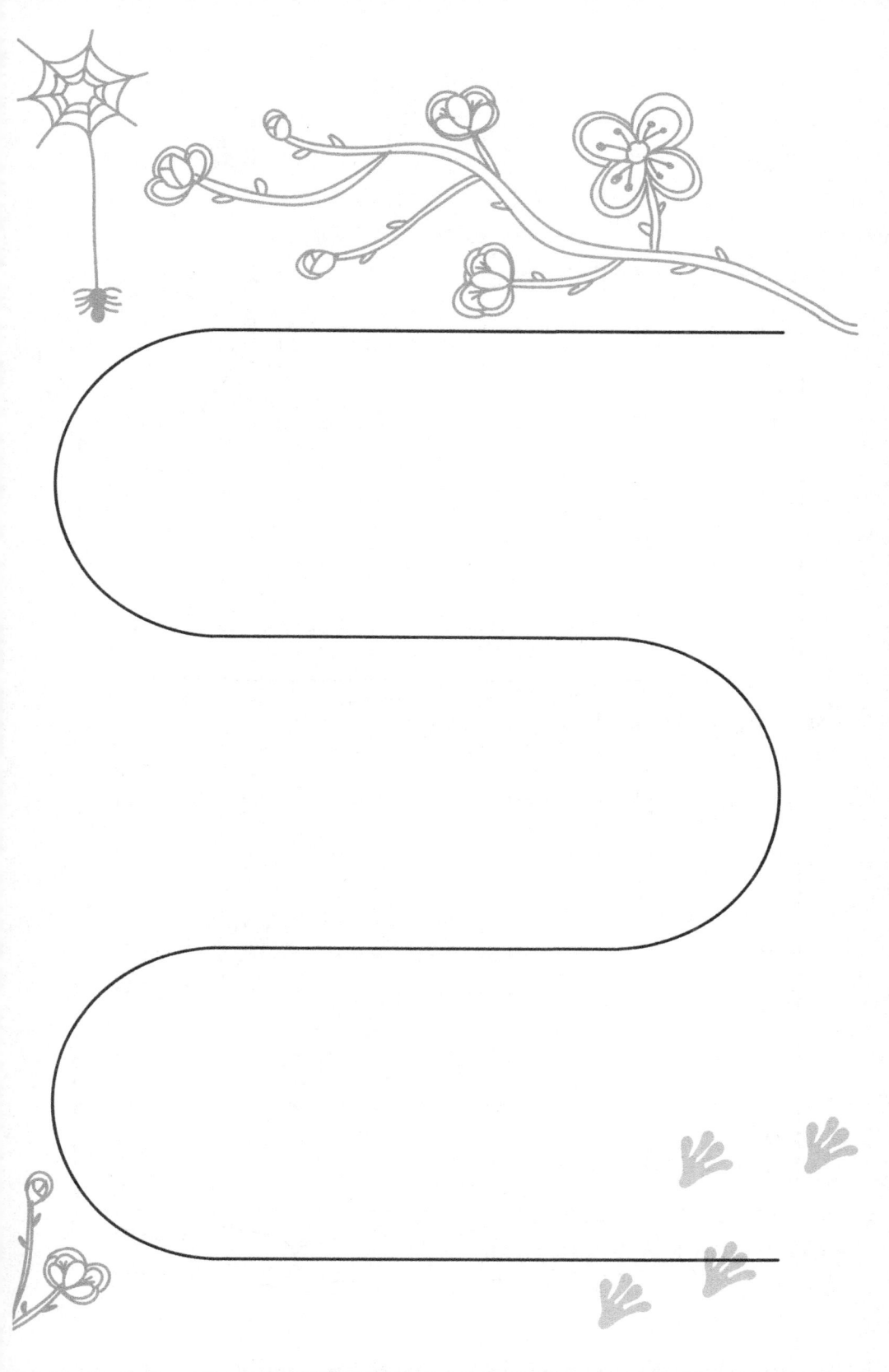

I am grateful for:

Sa Su F M Th T W

1. _____

_____

2. _____

_____

3. _____

My mood thankful happy

I am grateful for:

Sa Su F M Th T W

1. _____

_____

2. _____

_____

3. _____

My mood thankful happy

I am grateful for:

1._____
_____
2._____
_____
3._____

My mood | thankful | happy | | |

I am grateful for:

1._____
_____
2._____
_____
3._____

My mood | thankful | happy | | |

I am grateful for:

1._____

2._____

3._____

My mood thankful happy

I am grateful for:

1._____

2._____

3._____

My mood thankful happy

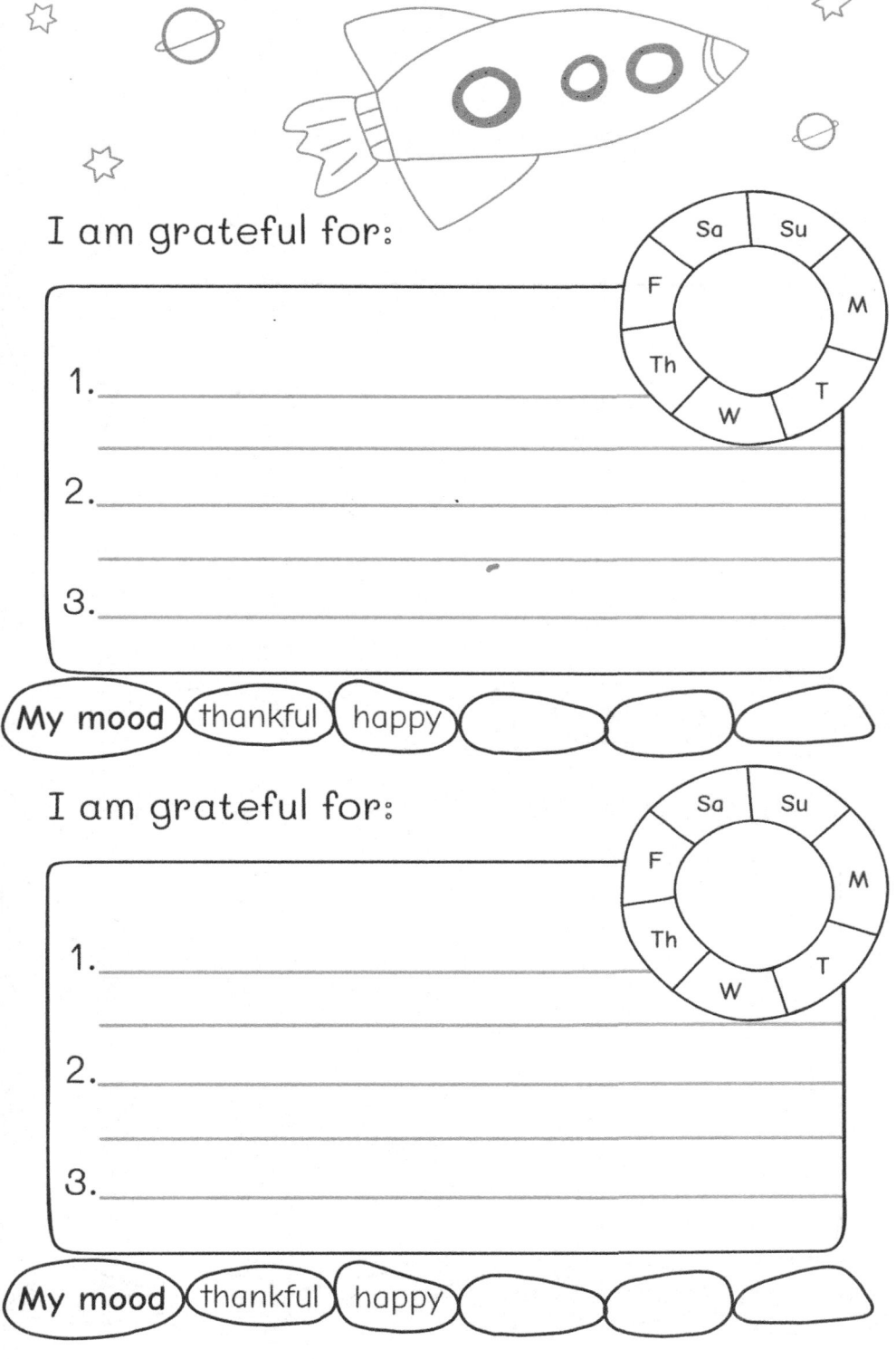

I am grateful for:

1._____

2._____

3._____

Sa Su F M Th T W

My mood thankful happy

I am grateful for:

1._____

2._____

3._____

Sa Su F M Th T W

My mood thankful happy

I am grateful for:

1._____

_____

2._____

_____

3._____

My mood thankful happy ⬭ ⬭ ⬭

Sa Su M T W Th F

I am grateful for:

1._____

_____

2._____

_____

3._____

My mood thankful happy ⬭ ⬭ ⬭

Sa Su M T W Th F

I am grateful for:

Sa Su
F
M
Th
T
W

1. _____

2. _____

3. _____

My mood thankful happy

I am grateful for:

Sa Su
F
M
Th
T
W

1. _____

2. _____

3. _____

My mood thankful happy

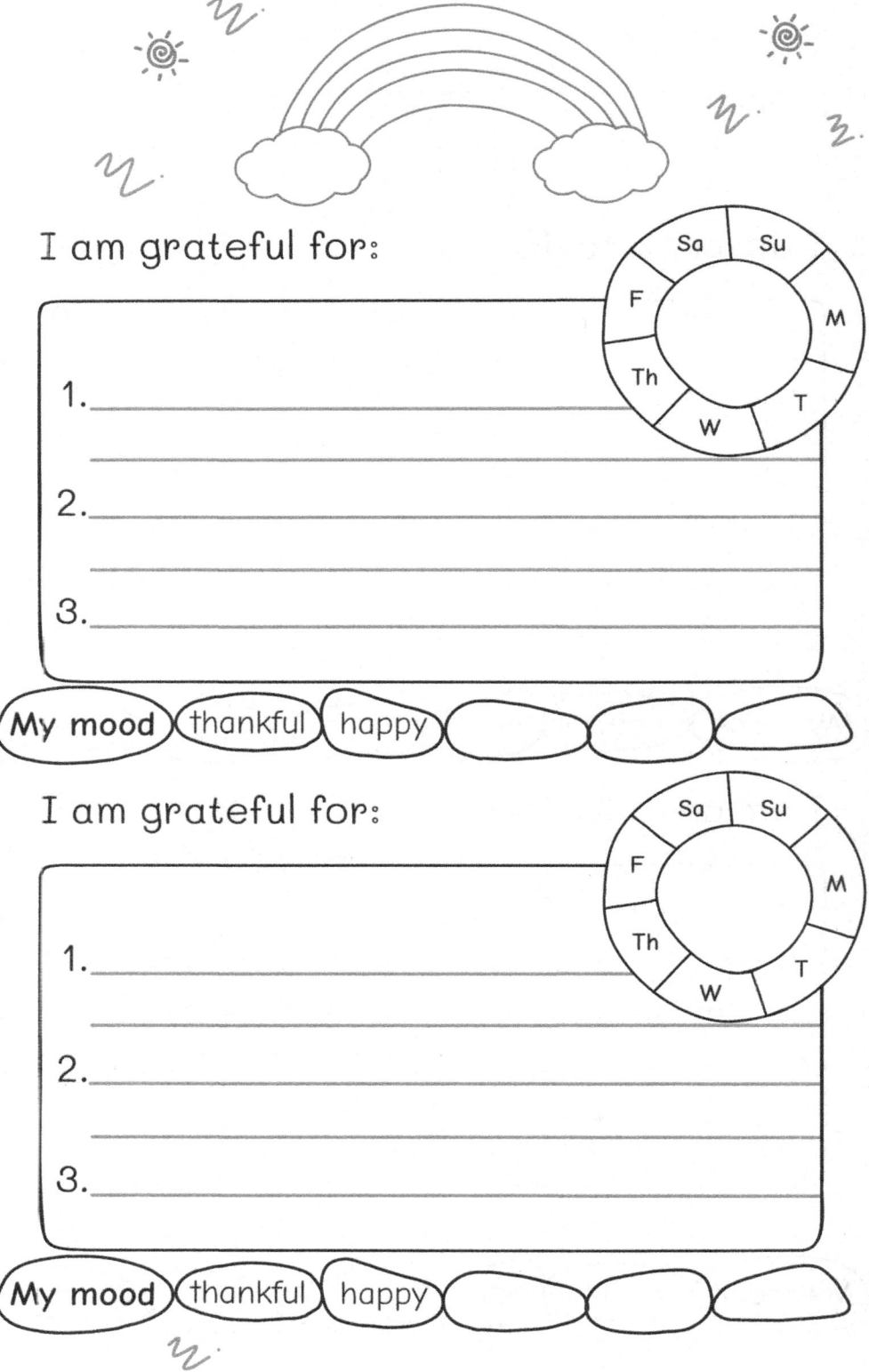

I am grateful for:

Sa Su
F
Th M
W T

1. _____
_____
2. _____
_____
3. _____

My mood thankful happy

I am grateful for:

Sa Su
F
Th M
W T

1. _____
_____
2. _____
_____
3. _____

My mood thankful happy

I am grateful for:

1._____

2._____

3._____

My mood thankful happy

I am grateful for:

1._____

2._____

3._____

My mood thankful happy

I am grateful for:

Sa | Su
F | M
Th | T
W

1._____

2._____

3._____

My mood | thankful | happy | | |

I am grateful for:

Sa | Su
F | M
Th | T
W

1._____

2._____

3._____

My mood | thankful | happy | | |

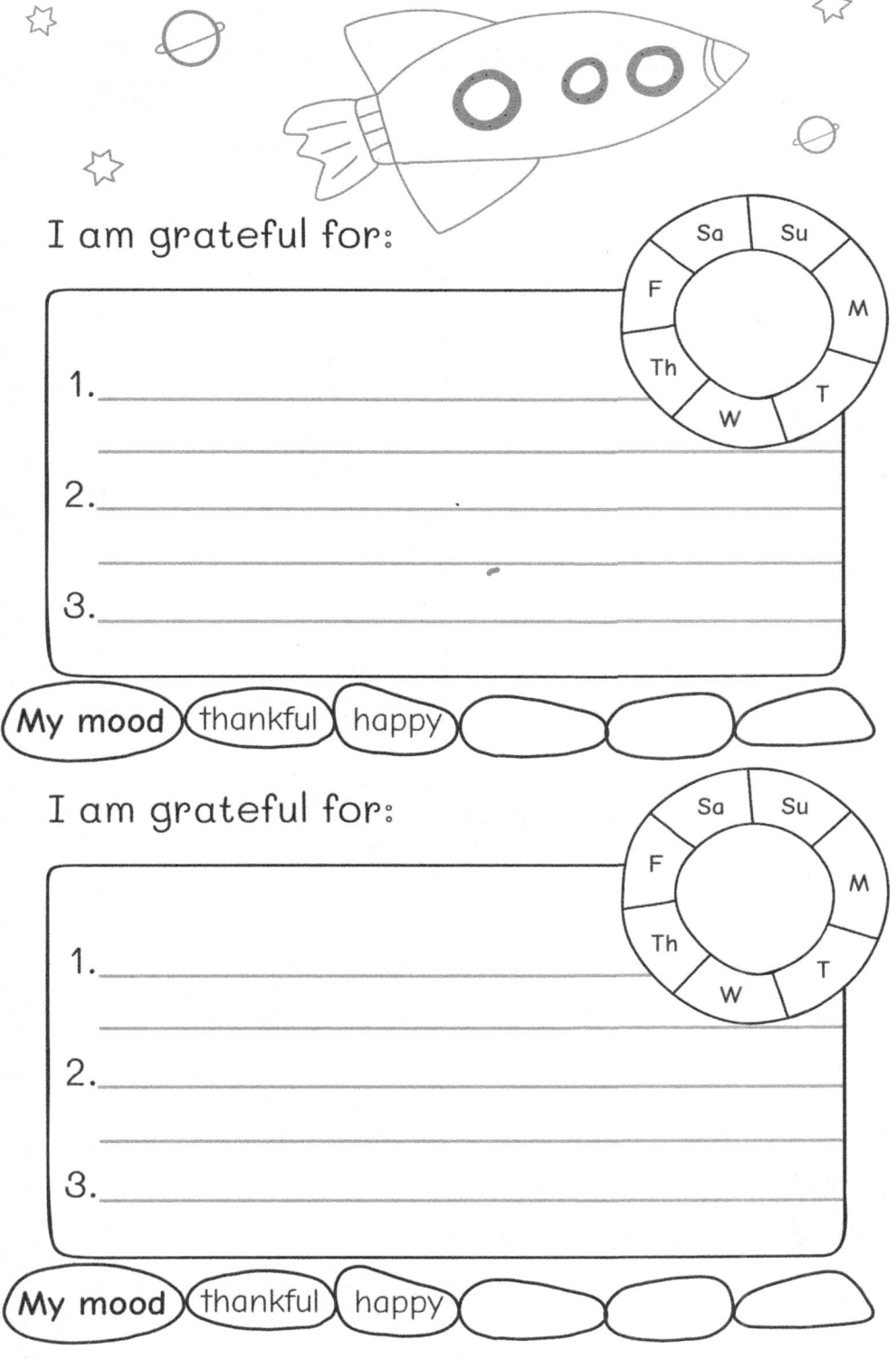

I am grateful for:

Sa Su F M Th T W

1._____

2._____

3._____

My mood thankful happy

I am grateful for:

Sa Su F M Th T W

1._____

2._____

3._____

My mood thankful happy

Music that brings me joy

Music that brings me joy

I am grateful for:

Sa | Su
F | M
Th | T
W

1. _____

2. _____

3. _____

My mood | thankful | happy

I am grateful for:

Sa | Su
F | M
Th | T
W

1. _____

2. _____

3. _____

My mood | thankful | happy

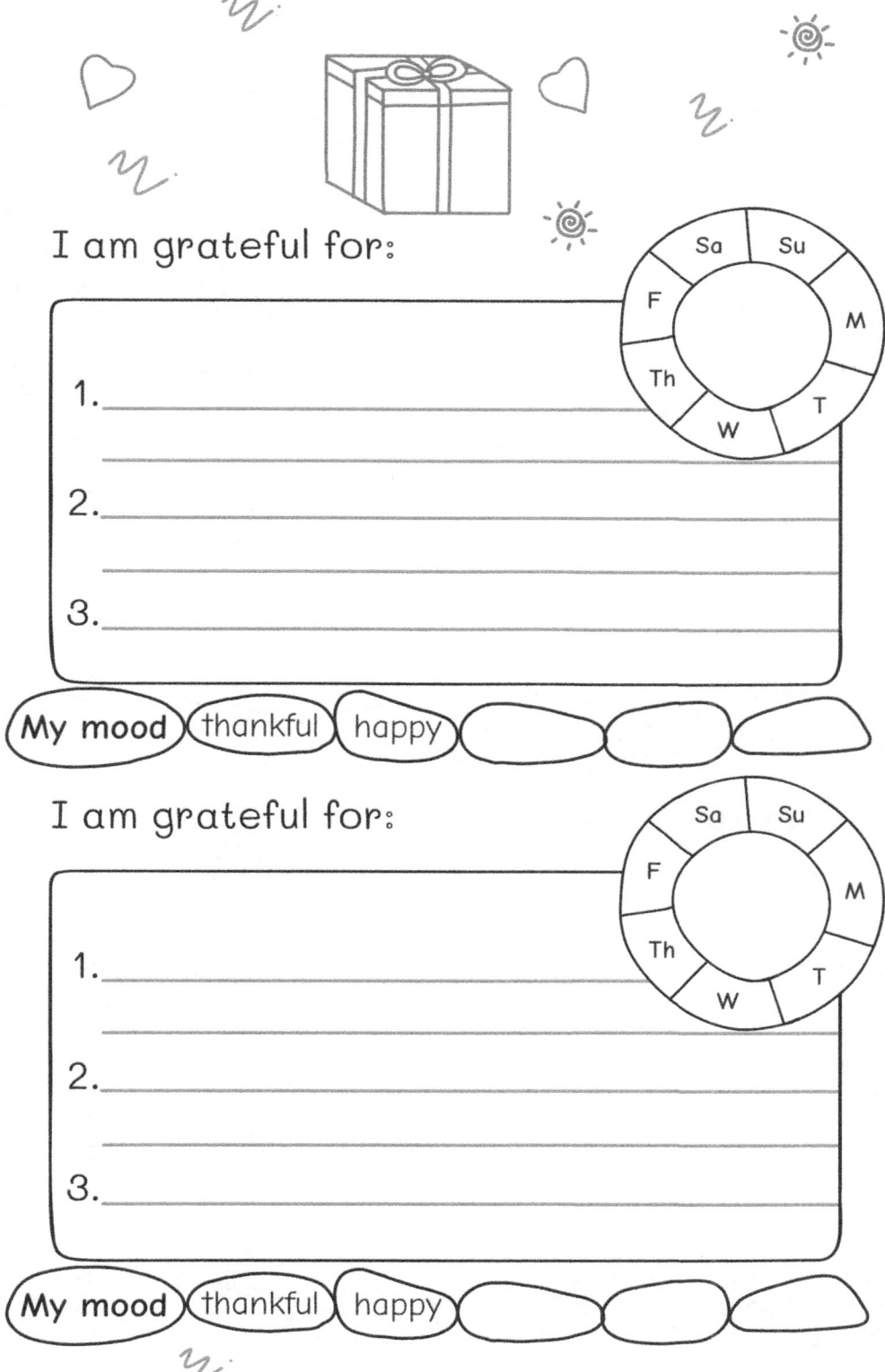

I am grateful for:

Sa · Su · M · T · W · Th · F

1. _____

_____

2. _____

_____

3. _____

My mood · thankful · happy

I am grateful for:

Sa · Su · M · T · W · Th · F

1. _____

_____

2. _____

_____

3. _____

My mood · thankful · happy

I am grateful for:

Sa Su
F
M
Th
W T

1. _____

2. _____

3. _____

My mood thankful happy

I am grateful for:

Sa Su
F
M
Th
W T

1. _____

2. _____

3. _____

My mood thankful happy

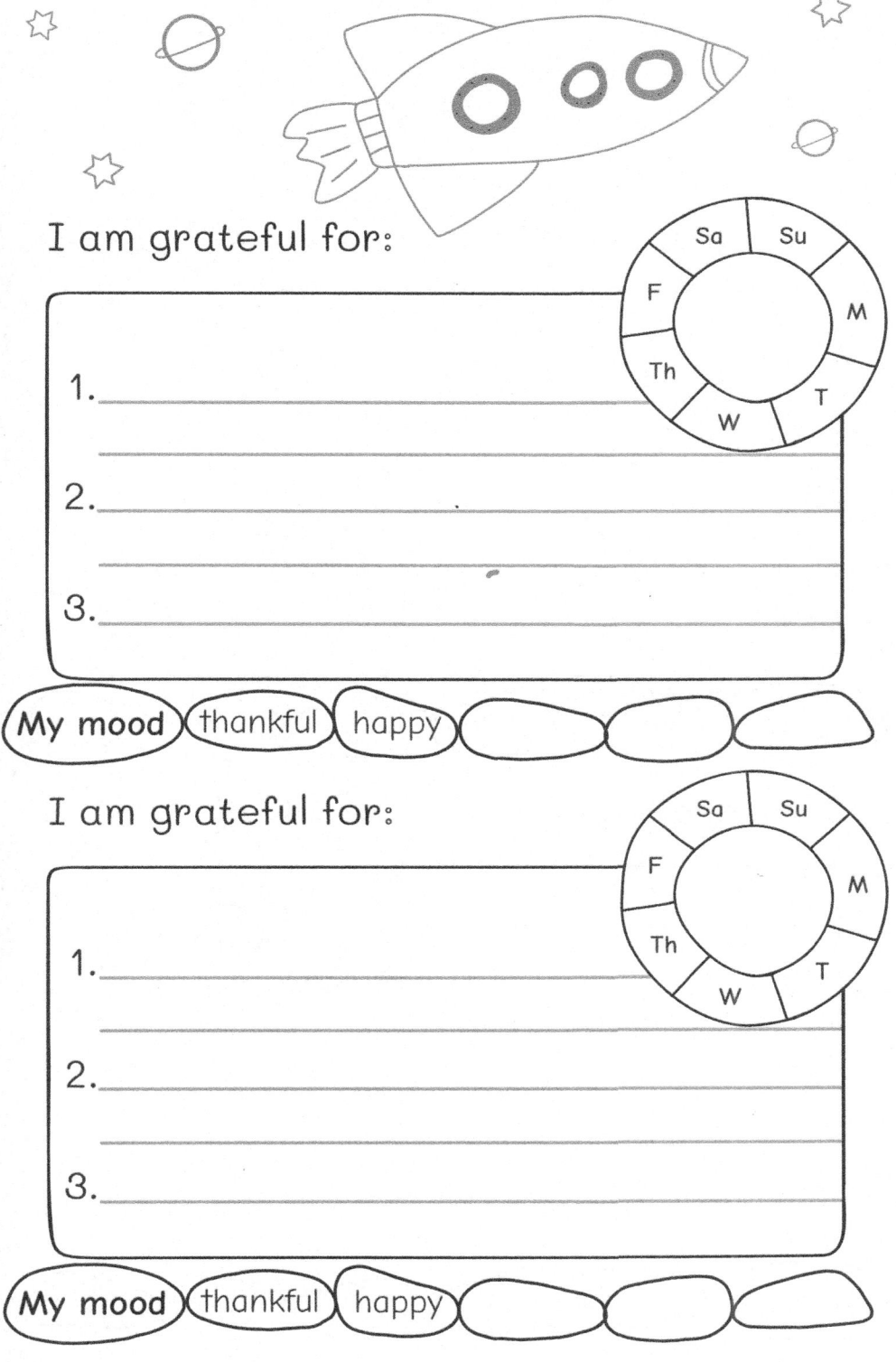

I am grateful for:

Sa | Su | F | M | Th | T | W

1. _____

2. _____

3. _____

My mood thankful happy

I am grateful for:

Sa | Su | F | M | Th | T | W

1. _____

2. _____

3. _____

My mood thankful happy

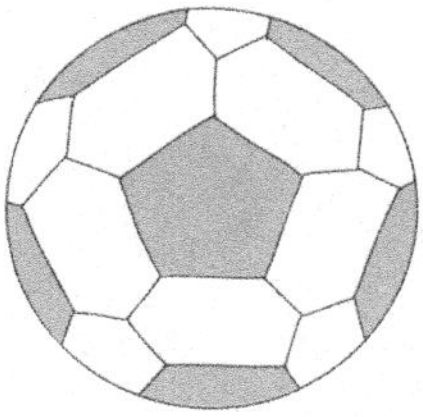

I am grateful for:

Sa Su M T W Th F

1. ______

2. ______

3. ______

My mood thankful happy

I am grateful for:

Sa Su M T W Th F

1. ______

2. ______

3. ______

My mood thankful happy

I am grateful for:

1. _____

2. _____

3. _____

Sa · Su · F · M · Th · T · W

My mood · thankful · happy

I am grateful for:

1. _____

2. _____

3. _____

Sa · Su · F · M · Th · T · W

My mood · thankful · happy

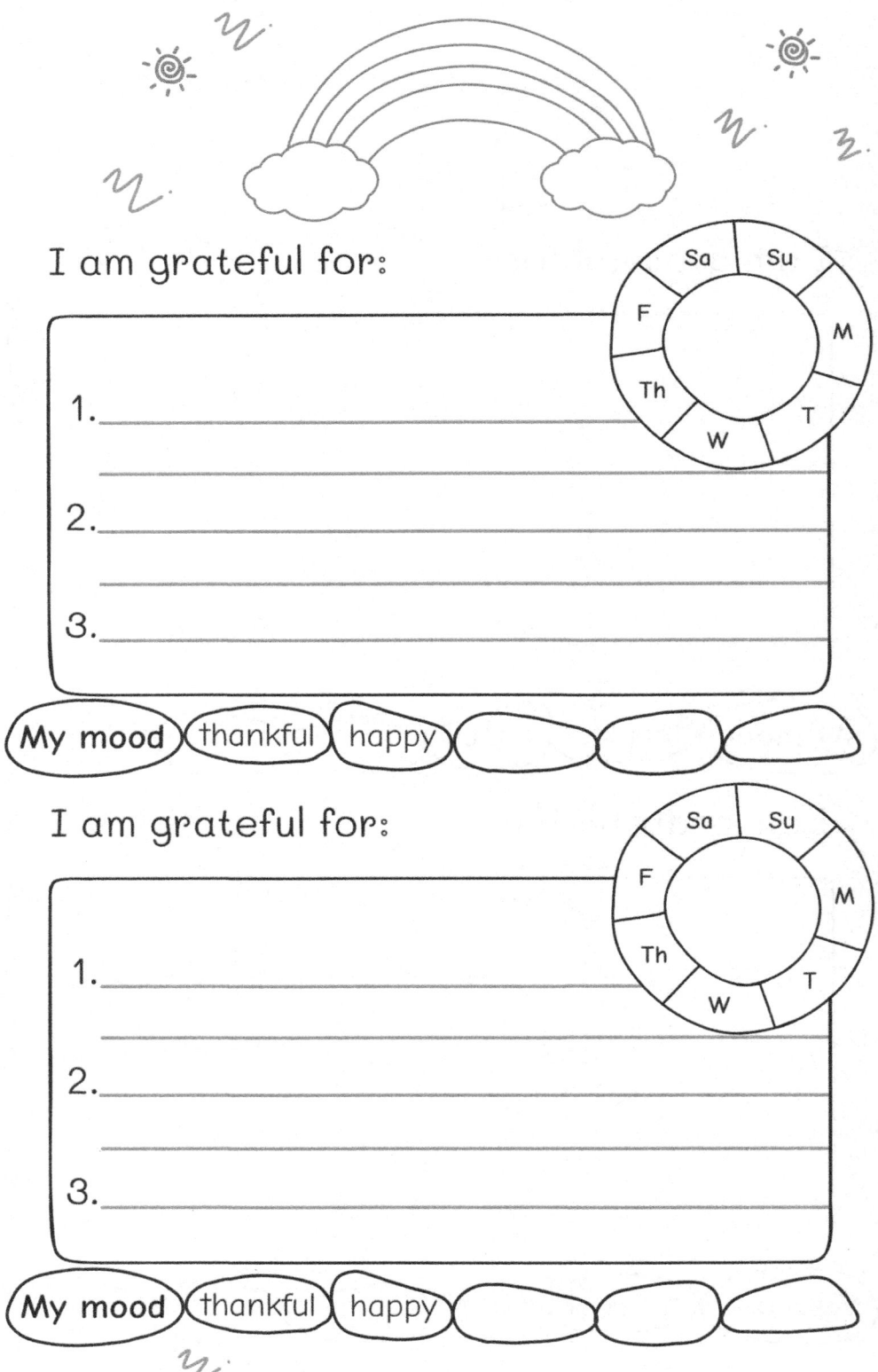

I am grateful for:

1._____

2._____

3._____

Sa Su
F   M
Th   T
W

My mood thankful happy

I am grateful for:

1._____

2._____

3._____

Sa Su
F   M
Th   T
W

My mood thankful happy

I am grateful for:

1. _____

2. _____

3. _____

My mood thankful happy

I am grateful for:

1. _____

2. _____

3. _____

My mood thankful happy

I am grateful for:

1._____

2._____

3._____

Sa Su F M Th T W

My mood · thankful · happy

I am grateful for:

1._____

2._____

3._____

Sa Su F M Th T W

My mood · thankful · happy

I am grateful for:

Sa Su
F M
Th T
W

1. _____

2. _____

3. _____

My mood thankful happy

I am grateful for:

Sa Su
F M
Th T
W

1. _____

2. _____

3. _____

My mood thankful happy

Happy Bunnies

Fill the bunnies with what makes you happy.

Friends

I am grateful for:

Sa Su
F   M
Th T
W

1._____

2._____

3._____

My mood thankful happy

I am grateful for:

Sa Su
F   M
Th T
W

1._____

2._____

3._____

My mood thankful happy

I am grateful for:

Sa Su
F   M
Th   T
W

1._____

2._____

3._____

My mood thankful happy

I am grateful for:

Sa Su
F   M
Th   T
W

1._____

2._____

3._____

My mood thankful happy

I am grateful for:

Sa Su
F
M
Th
T
W

1._____
_____
2._____
_____
3._____

My mood thankful happy

I am grateful for:

Sa Su
F
M
Th
T
W

1._____
_____
2._____
_____
3._____

My mood thankful happy

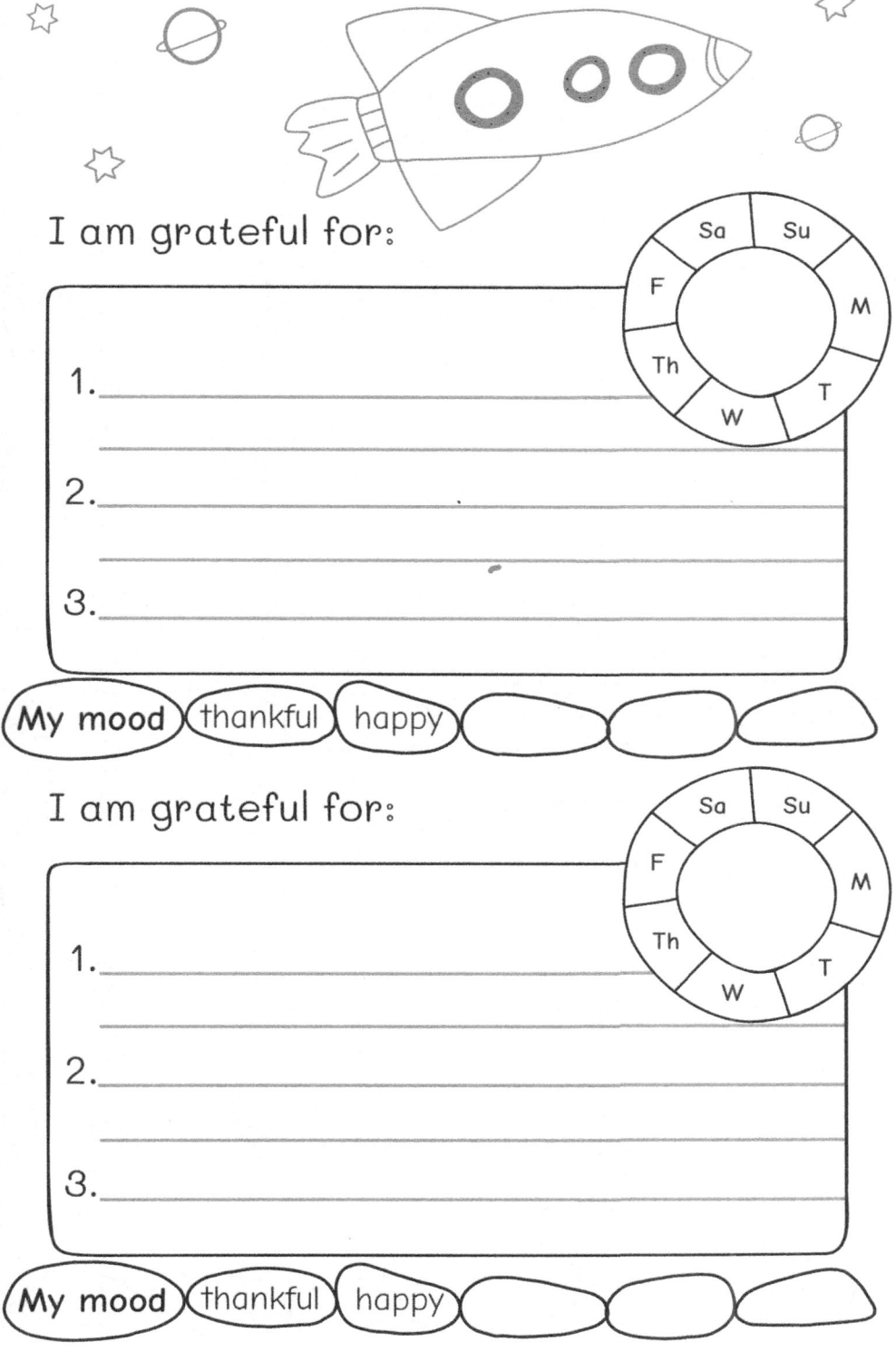

I am grateful for:

Sa   Su
F   M
Th   T
W

1. _____

2. _____

3. _____

My mood thankful happy

I am grateful for:

Sa   Su
F   M
Th   T
W

1. _____

2. _____

3. _____

My mood thankful happy

I am grateful for:

Sa Su
F   M
Th   T
W

1. _____

2. _____

3. _____

My mood thankful happy

I am grateful for:

Sa Su
F   M
Th   T
W

1. _____

2. _____

3. _____

My mood thankful happy

I am grateful for:

1._____

2._____

3._____

Sa | Su | M | T | W | Th | F

My mood | thankful | happy

I am grateful for:

1._____

2._____

3._____

Sa | Su | M | T | W | Th | F

My mood | thankful | happy

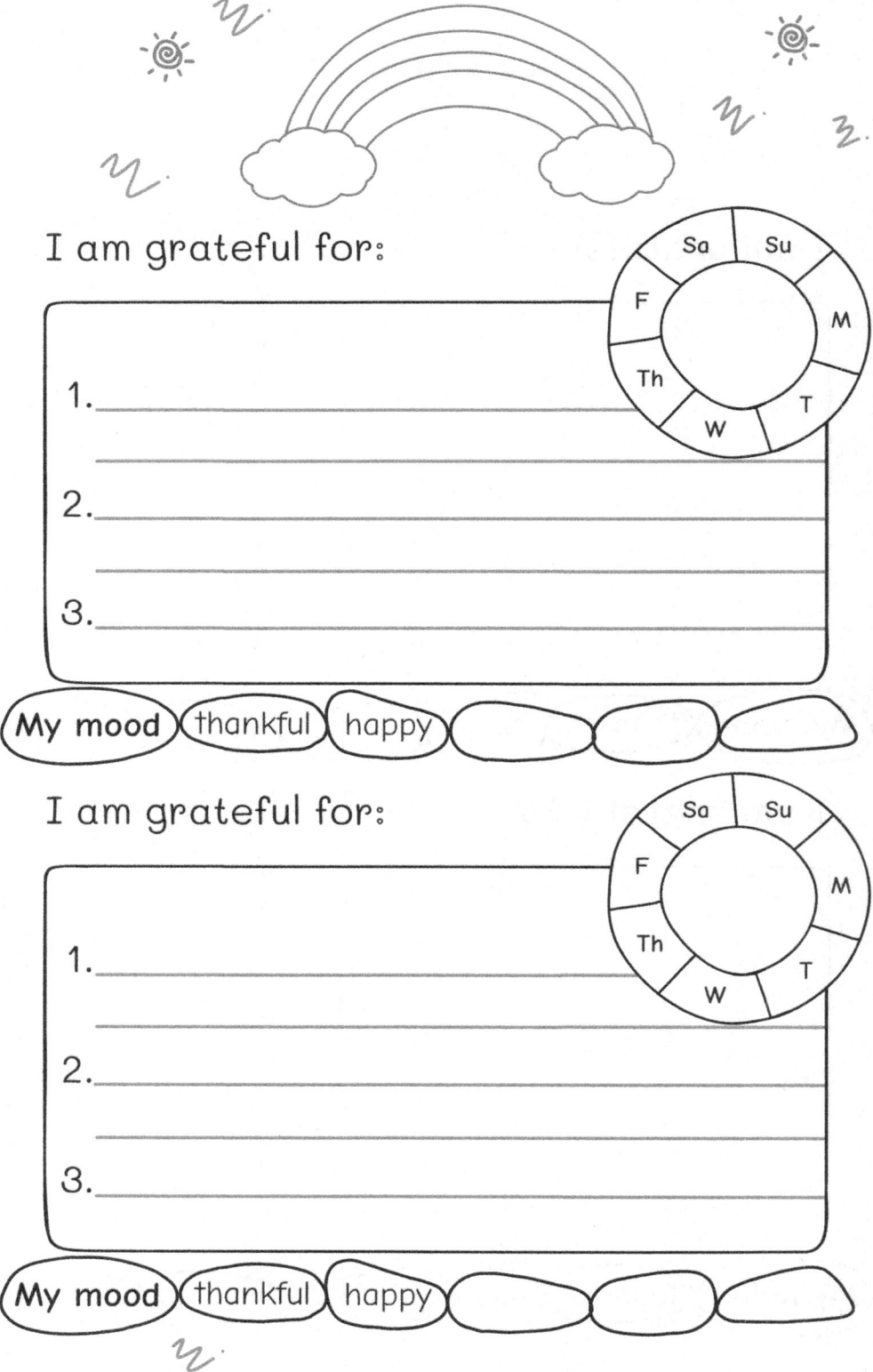

I am grateful for:

1. _____

2. _____

3. _____

Sa Su
F
M
Th
T
W

My mood thankful happy

I am grateful for:

1. _____

2. _____

3. _____

Sa Su
F
M
Th
T
W

My mood thankful happy

I am grateful for:

1._____

2._____

3._____

Sa | Su | F | M | Th | T | W

My mood | thankful | happy

I am grateful for:

1._____

2._____

3._____

Sa | Su | F | M | Th | T | W

My mood | thankful | happy

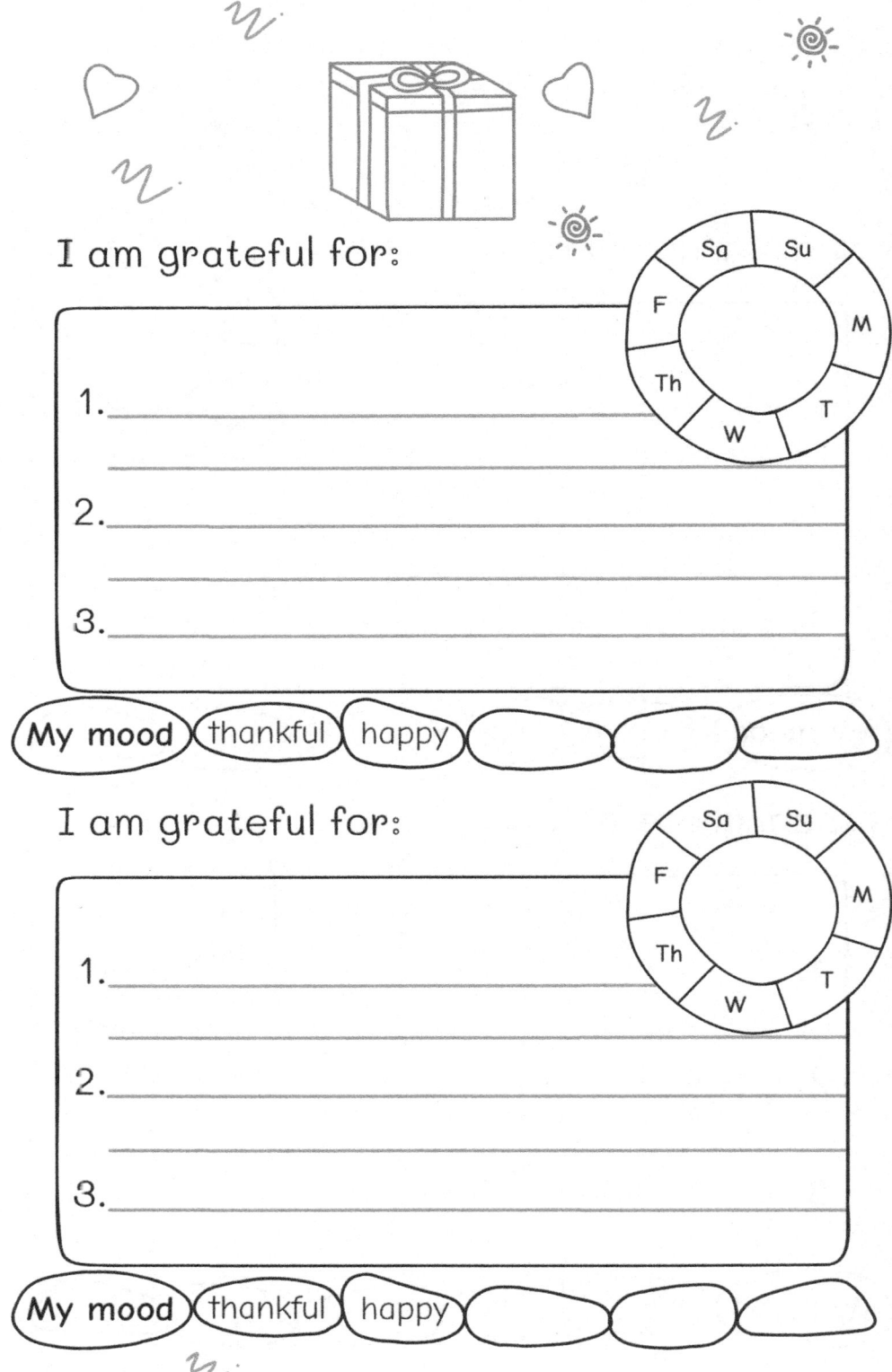

I am grateful for:

1._____

2._____

3._____

My mood thankful happy

I am grateful for:

1._____

2._____

3._____

My mood thankful happy

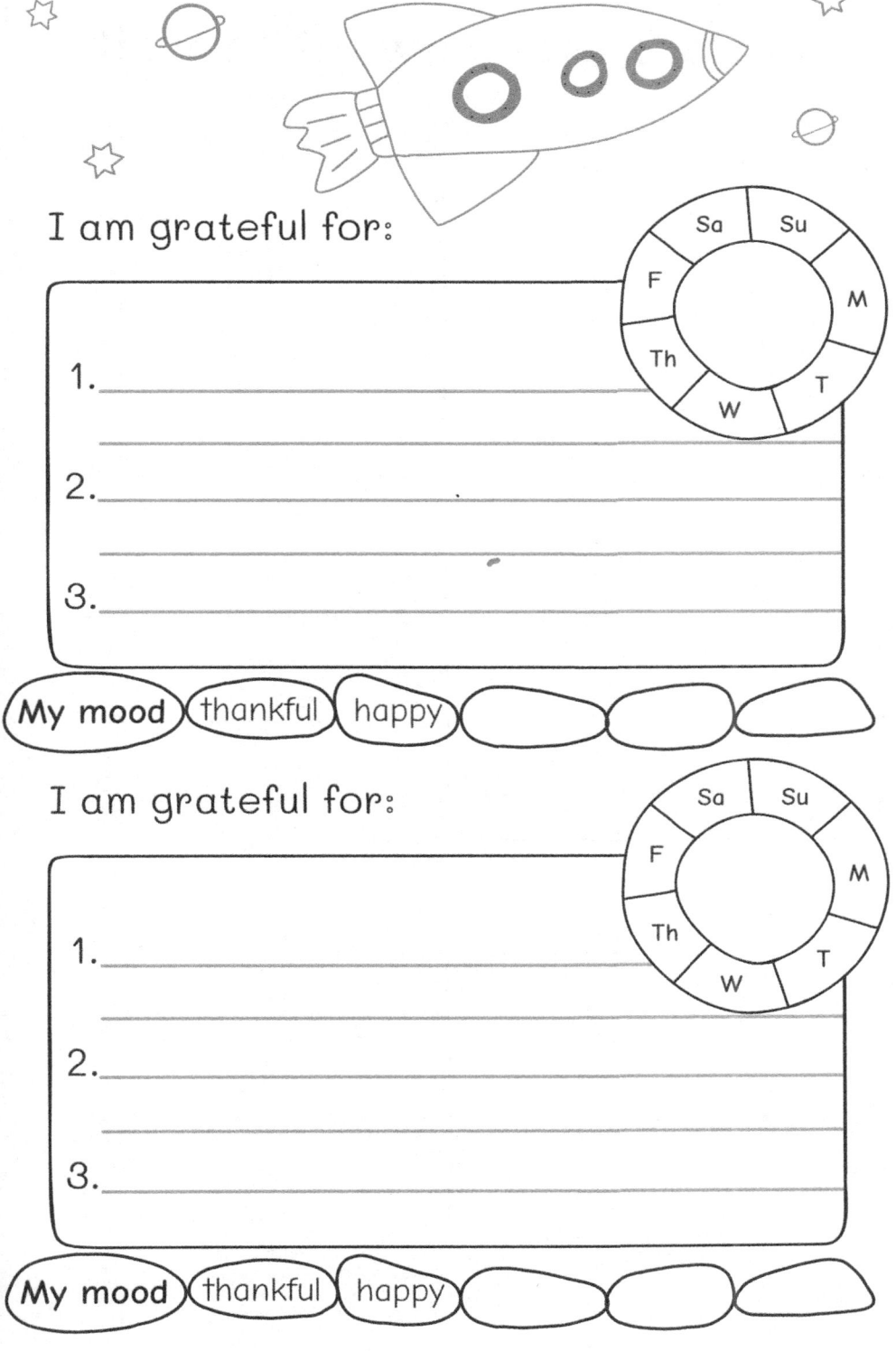

I am grateful for:

1. _____
_____
2. _____
_____
3. _____

Sa Su
F   M
Th   T
W

My mood thankful happy

I am grateful for:

1. _____
_____
2. _____
_____
3. _____

Sa Su
F   M
Th   T
W

My mood thankful happy

Places I always want to visit

Places I always want to visit

I am grateful for:

1._____

_____

2._____

_____

3._____

Sa | Su
F | | M
Th | | T
W

My mood thankful happy ⬭ ⬭ ⬭

I am grateful for:

1._____

_____

2._____

_____

3._____

Sa | Su
F | | M
Th | | T
W

My mood thankful happy ⬭ ⬭ ⬭

I am grateful for:

1. _____

2. _____

3. _____

Sa | Su | M | T | W | Th | F

My mood thankful happy

I am grateful for:

1. _____

2. _____

3. _____

Sa | Su | M | T | W | Th | F

My mood thankful happy

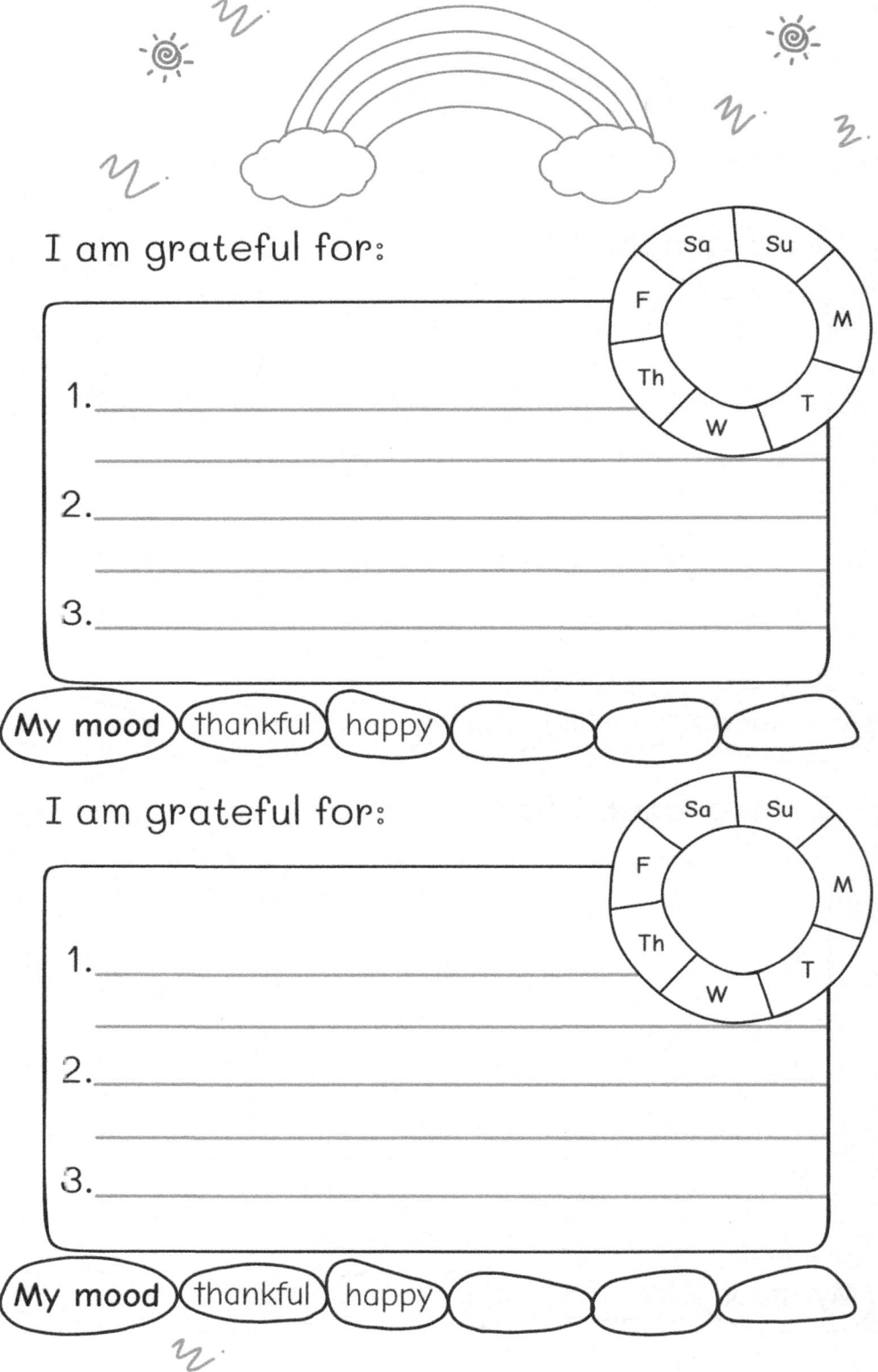

I am grateful for:

Sa Su
F   M
Th   T
W

1. _____
_____
2. _____
_____
3. _____

My mood thankful happy

I am grateful for:

Sa Su
F   M
Th   T
W

1. _____
_____
2. _____
_____
3. _____

My mood thankful happy

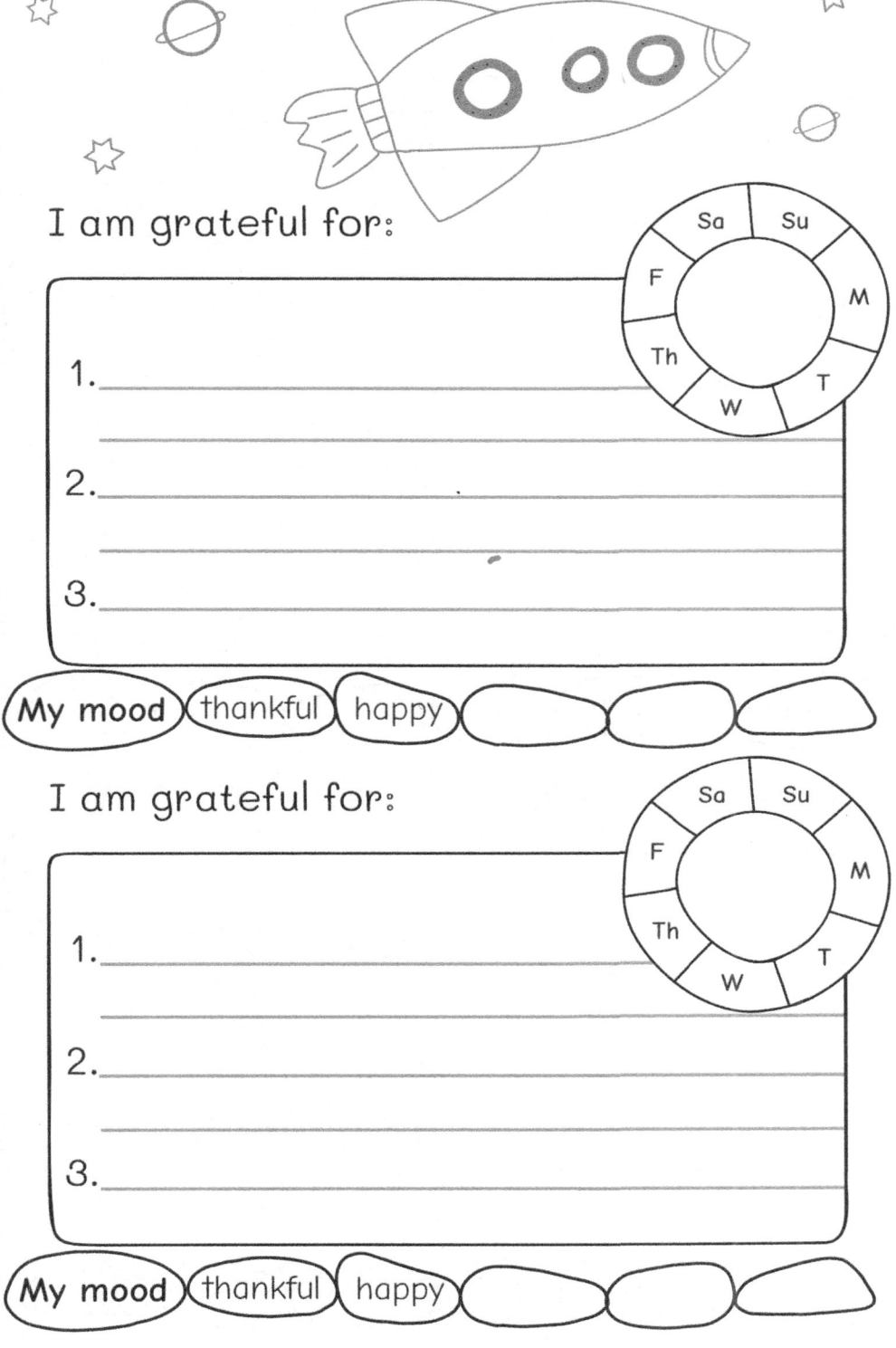

I am grateful for:

1.
2.
3.

Sa Su
F M
Th T
W

My mood thankful happy

I am grateful for:

1.
2.
3.

Sa Su
F M
Th T
W

My mood thankful happy

I am grateful for:

Sa Su
F   M
Th   T
W

1. _____

2. _____

3. _____

My mood thankful happy ◯ ◯ ◯

I am grateful for:

Sa Su
F   M
Th   T
W

1. _____

2. _____

3. _____

My mood thankful happy ◯ ◯ ◯

I am grateful for:

1. _____

2. _____

3. _____

Sa | Su | M | T | W | Th | F

My mood thankful happy

I am grateful for:

1. _____

2. _____

3. _____

Sa | Su | M | T | W | Th | F

My mood thankful happy

I am grateful for:

1. _____
2. _____
3. _____

Sa Su
F M
Th T
W

My mood thankful happy

I am grateful for:

1. _____
2. _____
3. _____

Sa Su
F M
Th T
W

My mood thankful happy

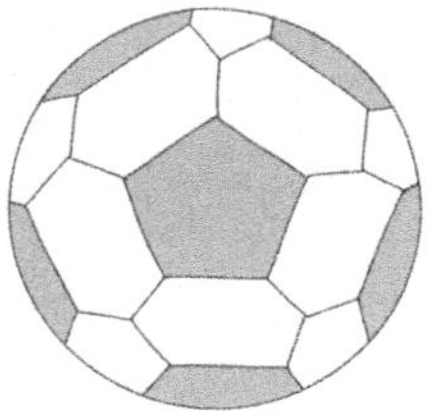

I am grateful for:

Sa Su M T W Th F

1. ______________________________

____

2. ______________________________

____

3. ______________________________

My mood | thankful | happy

I am grateful for:

Sa Su M T W Th F

1. ______________________________

____

2. ______________________________

____

3. ______________________________

My mood | thankful | happy

I am grateful for:

1._____
_____
2._____
_____
3._____

Sa Su
F M
Th T
W

My mood thankful happy

I am grateful for:

1._____
_____
2._____
_____
3._____

Sa Su
F M
Th T
W

My mood thankful happy

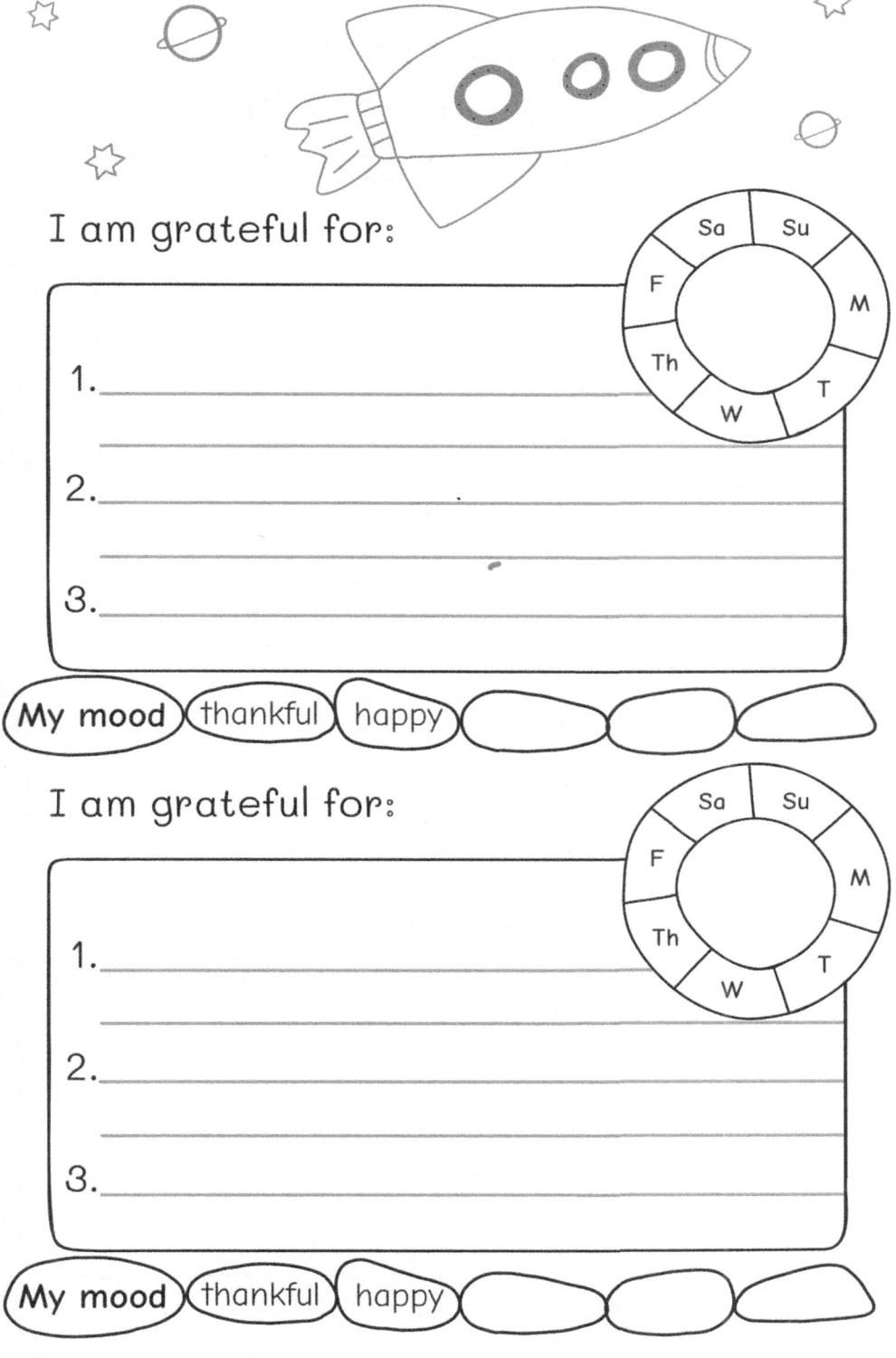

I am grateful for:

1. _____
_____
2. _____
_____
3. _____

Sa | Su | M | T | W | Th | F

My mood thankful happy

I am grateful for:

1. _____
_____
2. _____
_____
3. _____

Sa | Su | M | T | W | Th | F

My mood thankful happy

Write each letter of the alphabet and come up with one thing you are grateful for that starts with that letter.

Animals

Books

I am grateful for:

1._____

2._____

3._____

Sa Su
F   M
Th   T
W

My mood thankful happy

I am grateful for:

1._____

2._____

3._____

Sa Su
F   M
Th   T
W

My mood thankful happy

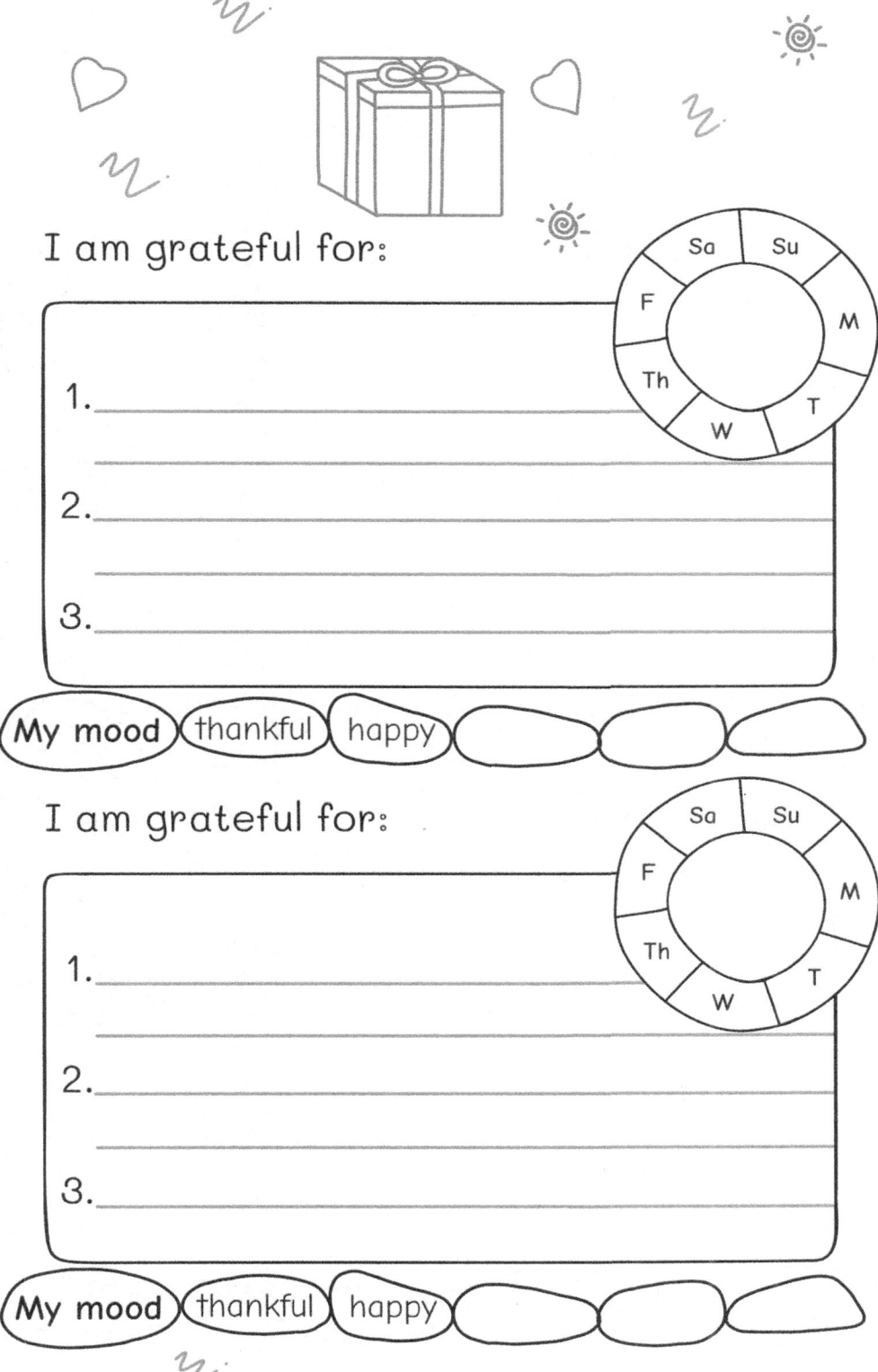

I am grateful for:

1._____
_____
2._____
_____
3._____

Sa | Su
F | M
Th | T
W

My mood | thankful | happy

I am grateful for:

1._____
_____
2._____
_____
3._____

Sa | Su
F | M
Th | T
W

My mood | thankful | happy

I am grateful for:

Sa Su
F M
Th T
W

1. _____
_____
2. _____
_____
3. _____

My mood thankful happy

I am grateful for:

Sa Su
F M
Th T
W

1. _____
_____
2. _____
_____
3. _____

My mood thankful happy

I am grateful for:

Sa Su
F
M
Th
W T

1._____

2._____

3._____

My mood thankful happy

I am grateful for:

Sa Su
F
M
Th
W T

1._____

2._____

3._____

My mood thankful happy

I am grateful for:

1._____

2._____

3._____

Sa Su
F M
Th T
W

My mood thankful happy

I am grateful for:

1._____

2._____

3._____

Sa Su
F M
Th T
W

My mood thankful happy

I am grateful for:

1._____

2._____

3._____

My mood thankful happy

I am grateful for:

1._____

2._____

3._____

My mood thankful happy

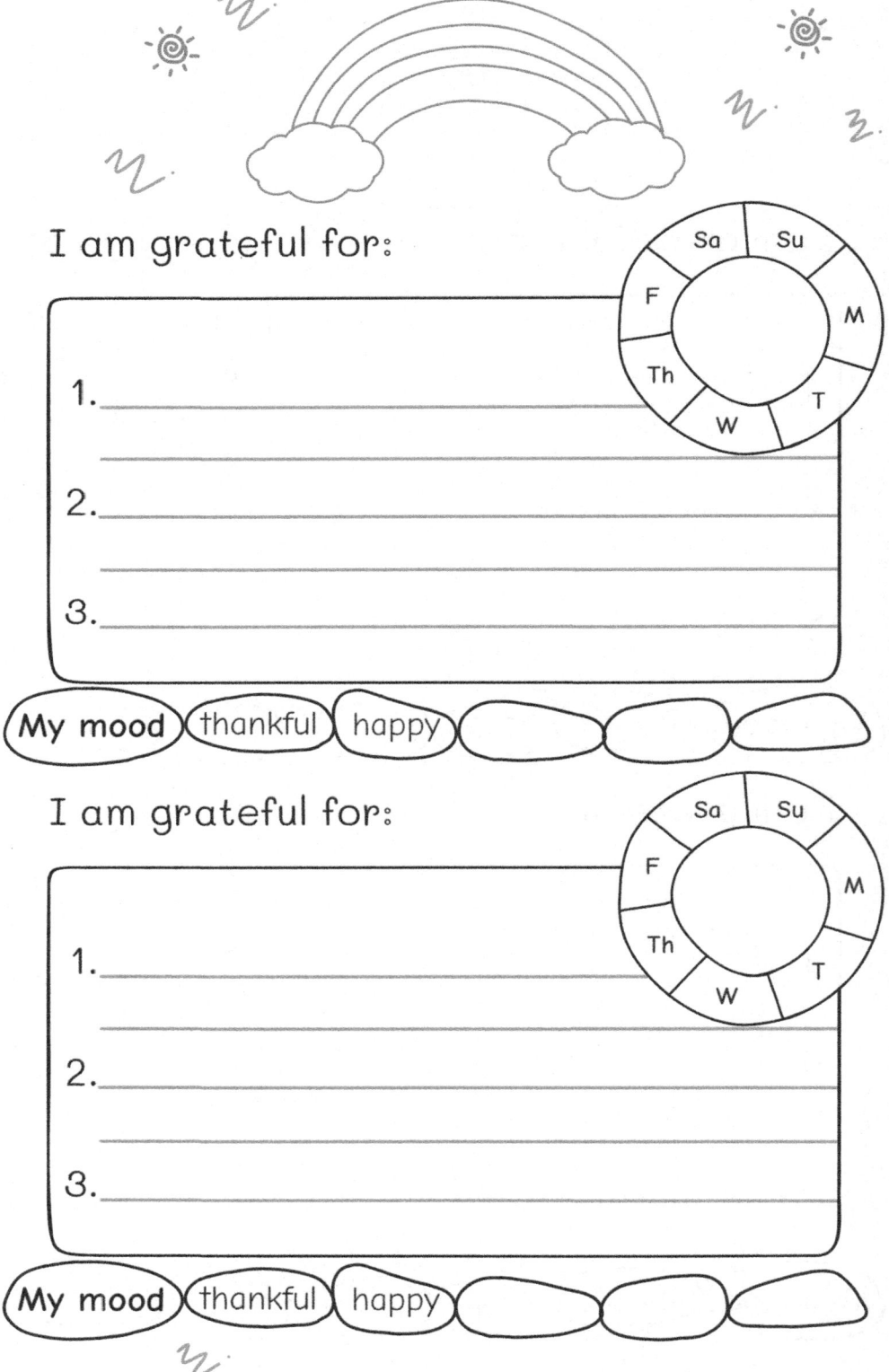

I am grateful for:

1._____

2._____

3._____

My mood thankful happy

Sa Su M T W Th F

I am grateful for:

1._____

2._____

3._____

My mood thankful happy

Sa Su M T W Th F

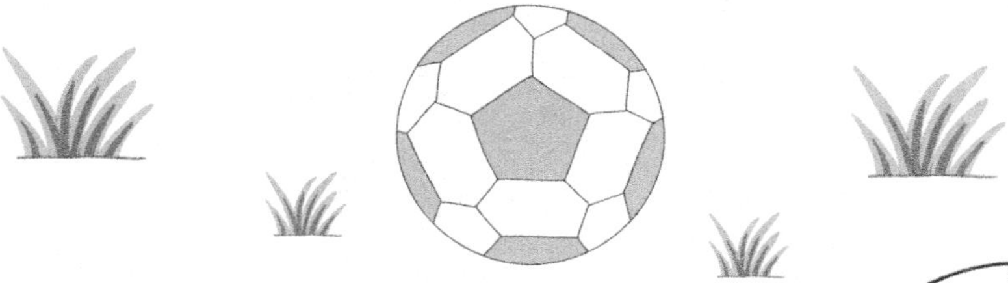

I am grateful for:

Sa Su M T W Th F

1. ______________________________

____

2. ______________________________

____

3. ______________________________

My mood | thankful | happy

I am grateful for:

Sa Su M T W Th F

1. ______________________________

____

2. ______________________________

____

3. ______________________________

My mood | thankful | happy

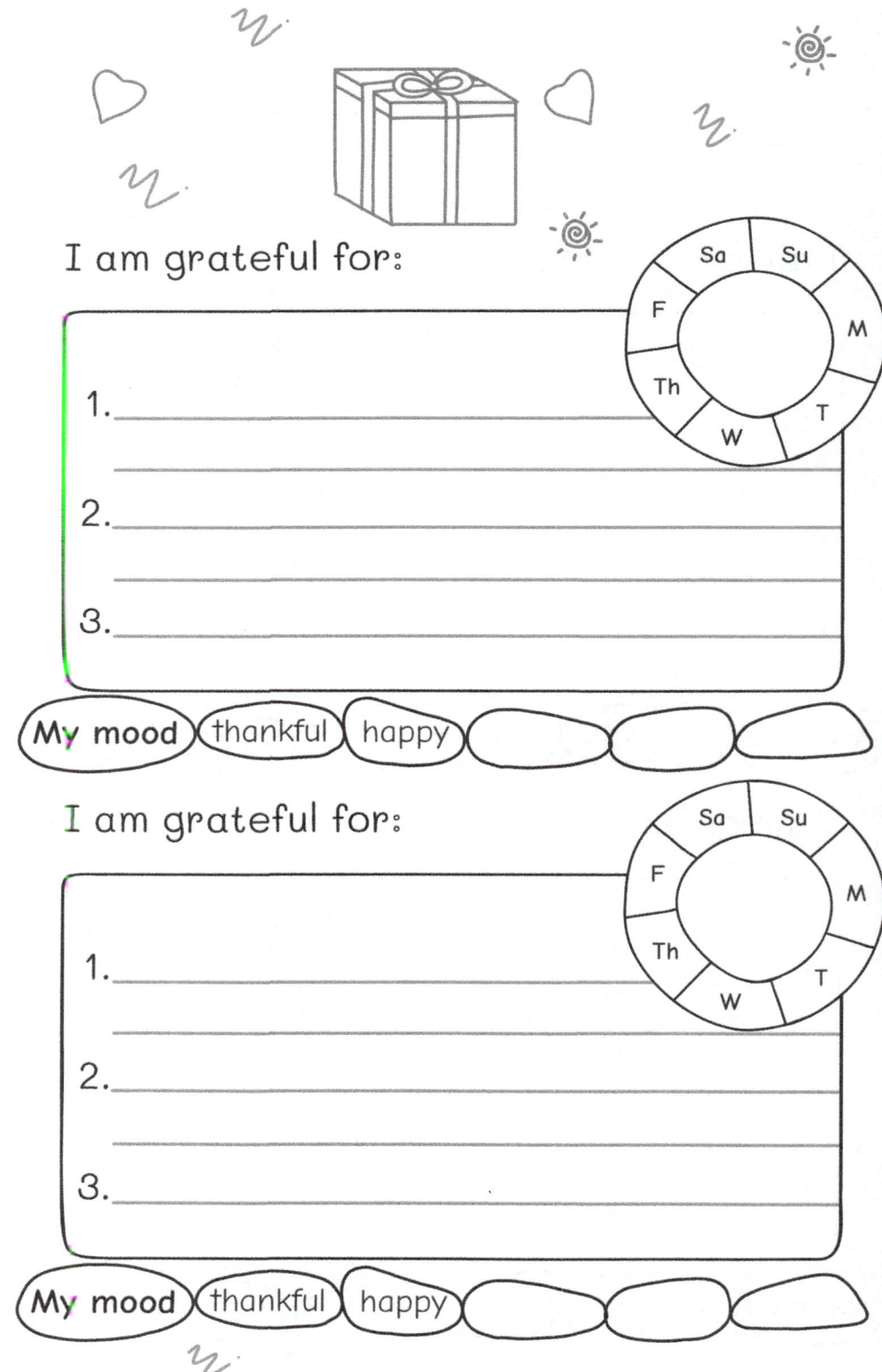

I am grateful for:

Sa Su
F   M
Th   T
   W

1._____

2._____

3._____

My mood thankful happy

I am grateful for:

Sa Su
F   M
Th   T
   W

1._____

2._____

3._____

My mood thankful happy

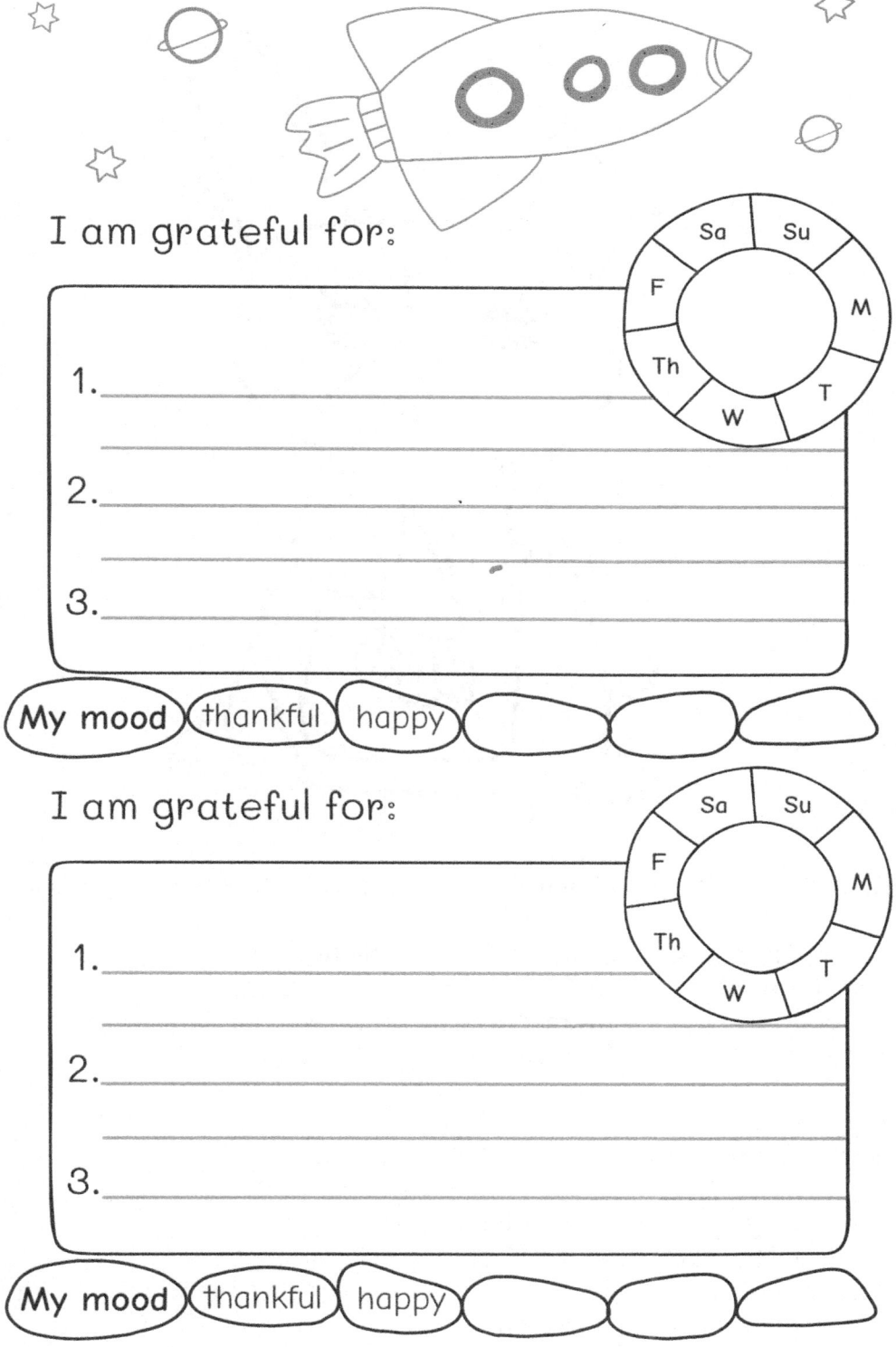

I am grateful for:

Sa Su
F
M
Th
T
W

1. _____
2. _____
3. _____

My mood thankful happy

I am grateful for:

Sa Su
F
M
Th
T
W

1. _____
2. _____
3. _____

My mood thankful happy

Book designed by Nidhi Saini. Illustrations by Nidhi Saini and Navya Saini.

First Edition 2022
ISBN (paperback) 978-1-949072-07-5

Book designed in Cupertino, California, US.
Published by CRAZY CURIOUS Media
www.crazy-curious.com
crazy.curious.media@gmail.com

Made in United States
North Haven, CT
16 November 2024

60424677R00078